पावसाआधीचा पाऊस

शान्ता ज. शेळके

मेहता पब्लिशिंग हाऊस

- *या पुस्तकातील लेखकाची मते, घटना, वर्णने ही त्या लेखकाची असून त्याच्याशी प्रकाशक सहमत असतीलच असे नाही.*

PAVSA AADHICHA PAUS by SHANTA J. SHELKE

पावसाआधीचा पाऊस : शान्ता ज. शेळके / कथासंग्रह

© सुरक्षित

प्रकाशक : सुनील अनिल मेहता, मेहता पब्लिशिंग हाऊस,
१९४१, सदाशिव पेठ, माडीवाले कॉलनी, पुणे – ४११ ०३०.

अक्षरजुळणी : मॅक प्रिंट, पटवर्धन बाग, एरंडवणे, पुणे - ४११ ००४.

प्रकाशनकाल : प्रथमावृत्ती : २६ जानेवारी, १९८५ / जानेवारी, १९९८ /
डिसेंबर, २००७ / जानेवारी, २०११ / ऑक्टोबर, २०१५ /
पुनर्मुद्रण : ऑक्टोबर, २०१७

मुखपृष्ठ : चंद्रमोहन कुलकर्णी

P Book ISBN 9788171617050

E Book ISBN 9788184988944

E Books available on : play.google.com/store/books
m.dailyhunt.in/Ebooks/marathi
www.amazon.in

सौ. विमल थेऊरकर
श्री. पुंडलिक थेऊरकर
या साहित्यप्रेमी
रसिक जोडप्यास

— शान्ताबाई

ओली झुळूक

बऱ्याच वर्षांपूर्वी एका इंग्रजी निबंधलेखकाचे पुस्तक मी वाचले होते. मला तो लेखक आता आठवत नाही. पुस्तकाचे नाव मात्र आठवते. ते 'डिलाइट' असे होते. फार समर्पक नाव होते ते. त्याचे स्वरूप मोठे मजेदार होते. या लेखकाने स्फुट लेख लिहिलेले होते. पण त्यांची लांबी ठरावीक नव्हती. काही लेख दोनतीन पानांचे, काही पानभर, तर काही अक्षरशः चार सहा ओळींचे, एखाद्या कवितेसारखे होते. पण प्रत्येक लेख स्वयंपूर्ण. सुंदर. 'डिलाइट' मधला एक अगदी छोटा लेख मला अजूनही आठवतो. तो असा—

'सकाळची वेळ. मी माझ्या अभ्यासिकेत बसलो आहे, खिडकीपाशी. आणि समोर निळ्या आभाळाच्या पार्श्वभूमीवर चर्चचे तीन मनोरे दिसत आहेत.'

गद्यात लिहिलेली कविताच वाटावी असा हा लेख. तो वाचताना माझ्या मनात आले, ललितलेखाला लांबीचे बंधन हवेच का? प्राध्यापक श्री. म. माटे म्हणत, ''काही अनुभव बचकेने उचलायचे असतात तर काही चिमटीने.'' असे चिमटीने उचलून घेण्याजोगे सूक्ष्म, अणुरूप अनुभव देखील लेखाचा विषय का होऊ नयेत? 'डिलाइट' पुस्तकाच्या वाचनाने ललितलेखाविषयीच्या माझ्या कल्पना मुक्त, स्वैर आणि रचनादृष्ट्या अधिक लवचिक झाल्या.

ललित लेखांसाठी विषय कसे सुचतात? मला वाटते डोळे उघडे ठेवून वावरणाऱ्याला विषयाचा तुटवडा पडू नये. आपल्या भोवती इतके घडत असते, दिसत असते, कानांवर पडत असते, हवेतून आपल्या संज्ञेवर आघात करत असते की, त्यांतूनच अनंत विषय लिहिण्यासाठी मिळतात. माझ्या कितीतरी ललित लेखांचे विषय मला रस्त्यावर, बसमध्ये, टॅक्सीतून जाताना भेटले

आहेत. अवचित दिसलेले एखादे दृश्य, कानांवर पडलेले एखादे वाक्य, नजरेसमोर आलेला एखादा चेहरा, झाडावरून सुटून पुढ्यात टपकन पडलेले पान, अचानक जाणवलेली ऊनसावल्यांची ऐंद्रजालिक कूटे या साऱ्यांनी माझ्या ललितलेखांना विषय पुरविले आहेत. माणसामाणसांतले गुंतागुंतीचे नातेसंबंध, त्यांच्या वागण्यातल्या सुसंगतीविसंगती, माणसाचे अपार एकाकीपण, नियतीच्या संदर्भातली त्याची संपूर्ण अगतिकता– हे सारे मला फार कुतूहलजनक, करुण वाटते. त्यांतूनही ललितलेखांचे विषय सुचतात.

माणसाखालोखाल निसर्ग मला प्रिय आहे. तशाच आवडत्या आहेत माझ्या बाळपणाच्या आठवणी. त्यांतूनही मला विषय मिळत गेले. माझ्या वाचनाला काही शिस्त नाही. लहानमोठे, बरेवाईट, भव्यक्षुद्र सारे मला वाचायला आवडते. या वाचनातून काहीतरी अवचित डोळ्यांना दिसते. मनात घुसते. सिल्व्हिया प्लाथ या कवयित्रीने कुठेतरी आत्मचरित्राच्या संदर्भात लिहिले आहे, 'आत्मचरित्र वाचताना क्वचित मला असे वाटते की मी एका बिळाला डोळा लावून उभी आहे. बिळाच्या दुसऱ्या बाजूला तसाच एक डोळा मला दिसतो आहे. फक्त दोन डोळे. एकमेकांकडे बघणारे. बाकीचा तपशील पूर्ण अपरिचित...' हे वाचताना मी हादरून गेले. त्यातून मला एक लेख सुचला, 'तो अज्ञात डोळा.' आणि हो... माझ्या आवडत्या मांजरांनी तर अनेकदा मला लेखनाला विषय दिले आहेत. राजकारण आणि समाजकारण यात मला फारसा रस नाही. त्यामुळे त्या विषयाचा मात्र माझ्या लेखनात अभाव आहे.

माझे बरेचसे ललितलेख वृत्तपत्रांतून सदर चालवताना लिहिले गेले आहेत. वृत्तपत्रात सदर चालवणे ही गोष्ट काही लेखकांना कमीपणाची वाटते. हे लेखन शाश्वत नसते, त्यात फक्त तात्कालिक घटनाप्रसंगांवरच लिहिले जाते, त्याला एक चुरचुरीत उथळपणा असतो, जीवनाचा सखोल तळ गाठण्याची त्या लेखनात कुवत नसते, आजचे वृत्तपत्र ही उद्याची रद्दी असते हे आणि असेच

कितीतरी आक्षेप वृत्तपत्रांतल्या सदरांवर घेतले जातात. त्यांतल्या काहींमध्ये सत्याचा अंश असू शकेल. तरीही वृत्तपत्रात एखादे सदर नियमितपणे चालवणे यात लेखकाला कमीपणा आणणारे काही आहे असे मला वाटत नाही. निदान माझा तरी असा अनुभव नाही. वाहत्या प्रवाहात अंग झोकून पाण्यावर तरंगताना पोहणाऱ्याला जो अनुभव मिळतो तोच आनंद असे मुक्त लेखन सातत्याने करताना मला लाभला आहे. ललितलेख लिहिण्यासाठी कोणते गुण आवश्यक असतात? पूर्वग्रहरहितता, मनाचे डोळसपण, जीवनाबद्दलचे उदंड कुतूहल आणि कोणत्याही लहानमोठ्या गोष्टींना चटकन प्रतिसाद देणारी संवेदनाक्षम वृत्ती यांची या लेखनाला फार आवश्यकता आहे असे मला वाटते. शिवाय लिहिण्याची हौस हवी आणि कष्टांची तयारी हवी. अशा प्रकारच्या लेखनाची पहिली प्रेरणा पैसा मिळवणे ही असेल– नव्हे असतेच. पण तो काही त्याचा शेवट नव्हे. निर्मितीचा आनंद, आत्माविष्काराने लाभणारी तृप्ती, इतरांशी संवाद साधण्याची निकड हीच अशा लेखनाची खरी प्रेरणा, खरे पारितोषिक आहे. कवितेच्या खालोखाल ललितलेख हा माझा आवडता वाङ्मयप्रकार आहे. त्याचेही कारण हेच असावे. कारण कविता लिहिताना जे समाधान मला मिळते तीच तृप्ती या ललित लेखनानेही अनेकदा मला दिली आहे.

शान्ता ज. शेळके

अनुक्रमणिका

रांगेतला एक कुणी

वेळ संध्याकाळची. जागा : मंत्रालयाच्या समोरचा सत्त्याऐंशी नंबरचा बसस्टॉप. तो बसच्या रांगेत उभा आहे, रांग मारुतीच्या शेपटासारखी वाढते आहे. माणसे मुंगीच्या पावलांनी पुढे सरकत आहेत. जरा वेळाने तो मागे वळून पाहतो. त्याला आश्चर्य वाटते. अरे, आत्ता तर आपला रांगेत शेवटचा नंबर होता. मग इतक्यात ही एवढी माणसे आली कुठून? आणि ती आपल्या मागे उभी केव्हा राहिली? घटकेपूर्वी तो रांगेत शेवटच्या नंबरावर होता. आता तो रांगेच्या मध्यभागी आला आहे, मघाशी त्याला आपल्यापुढे रांगेत असलेल्या माणसांचा हेवा वाटत होता. आता मागल्या बाजूला उभी असलेली माणसे त्याचा हेवा करीत असतील. आपण पुढे आलो. पुढे सरकलो. पाऊल न उचलताही माणूस आपोआप पुढे जाऊ शकतो, त्याची प्रगती (!) होते ती रांगेतच. त्याला त्या गोष्टीचा चमत्कार वाटतो. हसूही येते.

रांग वाढते आहे. माणसे उभ्या उभ्याच जागच्याजागी पाय चाळवीत आहेत. देता येईल तेवढा आळस देत आहेत. अंग मोकळे करीत आहेत. आणि माना उंचावून पुढल्या वळणाकडे बघत आहेत. दैवी कृपेप्रमाणे त्या वळणावरून बस केव्हा येईल याची वाट बघत आहेत. तो आसपास, मागेपुढे बघतो. उजव्या हाताला प्रचंड मंत्रालय. समोरची बाग. डावीकडे रस्त्याच्या दुसऱ्या कडेला मंत्र्यांचे टुमदार, तुटक, एकमेकांपासून अंतर राखून उभे असलेले बंगले. रस्त्यावर एकूण तशी रहदारी कमीच. त्याला वाटते, रहदारी असेल कुठून? सारी माणसे मुळी जर या ना त्या रांगेत उभीच आहेत तर? कारण थोड्या अंतरावरच्या पुढच्या बसस्टॉपवरही तशीच रांग लागलेली आहे. मध्येच एखादी टॅक्सी डावीकडून उजवीकडे भर्रकन जाते. फ्रॉक घातलेली एक वयस्कर बाई काठी टेकीत टेकीत चालली आहे. तिचे

खूप उंट टाचांचे बूट आणि हातातली काठी या दोहोंचा मेळ घालण्याचा तो प्रयत्न करतो. पण ते कोडे त्याला उलगडत नाही. काही वेळाने तो नाद तो सोडून देतो.

आता त्याचे लक्ष रांगेतल्या माणसांकडे जाते. बहुतेकांच्या अंगावर चांगले पोशाख आहेत. पुरुषांच्या टेरिलिनच्या, टेरिवुलच्या पँटस्, टेरिकॉटचे बुशशर्ट, बायकांच्या अंगावर नायलॉन-शिफॉन-सिल्कच्या साड्या. कुणाच्या अंगावर सलवार कमीज तर कुणाच्या अंगावर फ्रॉक, आणि बहुतेकांच्या हातांत चांगली घड्याळे. माणसे त्या घड्याळांकडे नजर टाकतात. पुन्हा मान उंचावून समोरच्या वळणाकडे बघतात. त्याच्या मनात एक कुत्सित विचार येतो. या पोषाखांवरून त्या त्या माणसांचा दर्जा ठरवणे चूक होईल. तसाच यांच्या चेहऱ्यांवरून यांच्या मन:स्थितीचा अंदाज बांधणेही चुकीचे ठरेल. साऱ्यांचेच चेहरे हुशार, तल्लख, तरतरीत दिसत आहेत. पण म्हणून काय झाले? त्यामुळे आतली मरगळ, चिंता, त्रस्तपणा काही लपत नाही. हा वरवरचा तल्लखपणा मुंबईकरांचा ठरीव मुखवटा आहे. बाहेर जाताना जसे चांगले कपडे करायचे तसा हा मुखवटाही चेहऱ्यावर बसवायचा. मी नाही का असाच चांगल्या पोषाखात आहे? आणि मीही नाही का हा तरतरीत मुखवटा चढवला आहे? ही माणसे माझ्यापेक्षा मुळीच वरच्या दर्जाची नाहीत. काही तर माझ्यापेक्षाही क्षुद्र, भुक्कड असतील.

त्या कल्पनेने त्याला आतल्याआत कुठेतरी सुखावल्यासारखे वाटते. आता तो स्वत:शीच अंग ताठ करून, खांदे मागेपुढे हलवून जरा सैल होतो आणि पुन्हा रांगेतल्या माणसांकडे पाहू लागतो. ही इतकी माणसे. यांच्या वेगवेगळ्या नोकऱ्या, तिथले यांचे कमीजास्त दर्जे. यांच्या राहण्याच्या बऱ्यावाईट- बहुधा वाईटच जागा. कोण कोण कुठे कुठे राहत असेल. शेवटचा स्टॉप वांद्रा गव्हर्मेंट कॉलनीतला. पण वाटेत निरनिराळे मुक्काम आहेतच. तिथे ती ती माणसे उतरतील. पुन्हा त्या त्या मुक्कामावर नवी माणसे बसमध्ये चढतील. पण माणसांची संख्या कमी होणार नाही. ती वाढतच राहील.

रांगेत उभे राहून त्याला कंटाळा आला आहे. पाय दुखू लागले आहेत. तो दुखरा थकवा हळूहळू अंगभर पसरत आहे. कंटाळा विसरण्यासाठी तो कुठेतरी मन गुंतवण्याचा प्रयत्न करतो. रांगेतल्या काही मुली तरुण आहेत. काही दिसायला चांगल्या आहेत. पण त्यात गंमत वाटण्याच्या काळापुढे त्याचे वय आता सरकले आहे. तो माणसांकडे थोड्या वेगळ्या नजरेने बघतो. काही माणसे रांगेतही वाचत आहेत. लोकांना हे कसे काय जमते बुवा? त्याला असे उभ्या उभ्या कधी वाचायला येत नाही. कुणाच्या हातात फिल्मफेअर, स्टारडस्ट, स्टार अँड स्टाइल अशी सिनेमाची नियतकालिके आहेत, तर कुणाच्या हातात मिड-डे, ईव्हिनिंग न्यूज अशी दैनिके आहेत. चित्रपटांत त्याला मुळीच रस नाही.

त्यामुळे उघड्या पानांतून दिसणाऱ्या नटनट्यांच्या चेहऱ्यांकडे तो ढुंकूनही बघत नाही. राजकारणाचीही त्याला गोडी नाही. फक्त दैनंदिन घटनांबद्दल त्याला एक माफक, कोमट कुतूहल असते. त्यामुळे आपल्या जागेवरून इतरांच्या हातांतल्या दैनिकांतले ठळक मथळे तो बघून घेतो. पंतप्रधानांचे ठिकठिकाणचे दौरे. कुणाचा तरी राजकारणात प्रवेश. कुणाची निवृत्ती. कुणाचा पक्षपालट. विमान अपघात. विमानाचे अपहरण. भूकंप. खून. कुणा परदेशी पाहुण्याची भारताला भेट.

त्याला त्या मथळ्यांचाही कंटाळा येतो. रोज हेच. हेच वर्तमानपत्रांतून दिसणार. टी. व्ही. च्या पडद्यांवरून अंगावर येणार. रेडिओमधून गळत राहणार. आणि हे सारे आपल्याला घडवणार, आपल्याला प्रीकंडिशन-पूर्वनियोजित करणार. त्याला आपणाला वेळोवेळी उभ्या करणाऱ्या रांगा आठवतात. तेलाच्या रांगेत उभे राहून तेल आणले. आणि तेल वाईट असल्यामुळे चाळीतल्या सर्व लोकांचे घसे बिघडले. रांगेत उभे राहून 'कुर्बानी'ची तिकिटे काढली. त्यानंतर कित्येक दिवस घरात पोरे 'अल्ला को प्यारी है कुर्बानी' आणि 'आप जैसा कोई जिंदगी में आये' ही गाणी म्हणत होती. फेरपालट म्हणून कधी बायकोने तर कधी आपण सुद्धा हळूच ती गाणी गुणगुणून पाहिली. इतर हॉटेले परवडत नाहीत म्हणून आपण उडप्याच्या हॉटेलमध्ये जातो. तिथेही बसायला जागा मिळेपर्यंत रांगेतच उभे राहावे लागते. मग तेच ठरीव खाणे आपण खातो. कधी बटाटावड्याऐवजी इडली तर कधी इडलीऐवजी डोसा इतकेच आपल्याला मतस्वातंत्र्य. निवडणूक आली तर आपण मतदारांच्या रांगेत उभे राहतो. आपल्या भागातून जो उमेदवार उभा असेल, ज्याच्याविषयी सगळेजण बरे बोलत असतील त्याला मत देऊन येतो. खरे तर आपण त्याला कधी पाहिलेलेही नसते.

एकाएकी त्याला साक्षात्कार होतो. आपण सतत रांगेतच उभे राहणारे. तीच आपली जागा. तीच आपली लायकी. आपल्याला आपले असे काही वेगळेपणच नाही. आणि खरेच. त्याला स्वत:चे मत नाही. त्याचा कसला हट्ट नाही. कसला आग्रहही नाही. रांग तोडण्याची त्याला हिंमत नाही. रांगेत पुढे घुसून पुढची जागा बळकावण्याइतका धटिंगणपणा त्याच्यापाशी नाही. म्हणून तो रांगेतला. म्हणून तो चारचौघांसारखा. एक साधा, सभ्य आणि संपूर्णत: उपेक्षणीय असा नागरिक.

आणि असा विचार मनात घोळवत असतानाच त्याची नजर एका मुलीकडे जाते. त्याच्या अबोध मनाला ती आधीच जाणवलेली आहे. आता प्रकटपणे ती त्याचे लक्ष वेधून घेते इतकेच. तरुण मुलगी, रांगेत असूनही ती रांगेतली वाटत नाही. तिला एक स्वतंत्र व्यक्तिमत्त्व आहे. तिच्याभोवती खास तिच्यापुरता असा एक प्रसन्न वारा झुळझुळत असावा. तिचा चेहरा कमालीचा ताजा आहे. सगळ्या रांगेतल्या माणसांत ती वेगळीच दिसते. सुकलेल्या, पाणी मारून तात्पुरत्या

टवटवीत केलेल्या फुलांच्या पसाऱ्यात झाडावरून नुकते खुडून आणलेले तरतरल्या पाकळ्यांचे फूल असावे तशी, एकाच पायाच्या चवड्यावर उभी राहून तोल सावरत ती हातातल्या पर्सला झोके देत आहे. शेजारच्या मुलीशी गप्पा मारत आहे. हसते आहे. बोलताना ती मानेला मजेदार हेलकावे देते. अशा वेळी तिच्या कर्णभूषणांतल्या पातळ सोनेरी टिकल्या चमचमतात, गालांवर उतरलेल्या बटा झुलतात. त्याला तिच्या निर्भरपणाचा हेवा वाटतो. थोडीशी भीतीही वाटते. रांगेत उभ्या असलेल्या माणसाने इतके प्रसन्न असायचे म्हणजे झाले काय? त्याने असे हसता तर मुळीच कामा नये. तशी चेहऱ्यावर माफक तरतरी ठेवावी. पण एकूण त्याने मरगळलेलेच असावे. पण हा अलिखित नियम या मुलीला माहीत नाही. ती चक्क रांगेचा कायदा मोडते आहे. गुन्हा करते आहे.

इतक्यात ती मुलगी पटकन रांगेतून बाहेर पडली. मैत्रिणीला 'टाटा' करीत ती रस्त्याच्या दुसऱ्या कडेला गेली. तिथे एक भली थोरली परदेशी बनावटीची सुंदर गाडी उभी होती. ती मुलगी जवळ येताच ड्रायव्हरने गाडीचे दार उघडले. ती आत बसली. ड्रायव्हरने दार लावून घेतले, तो आपल्या जागेवर जाऊन बसला. गाडीने एक डौलदार वळण घेतले. ती भुर्रदिशी तिथून निघून गेली. तो ते सर्व दृश्य अनिमिष नजरेने बघत होता. आता त्याला उलगडा झाला. ती मुलगी मुळी रांगेतली नव्हतीच. रांगेत उभे राहण्यासाठी तिचा जन्मच झालेला नव्हता. स्वर्गातल्या देवतांनी मजेत पृथ्वीवर सहल करण्यासाठी यावे तशी ती घडीभर रांगेतल्या कुणा मैत्रिणीशी बोलण्यासाठी आली होती इतकेच. तरीच, तरीच ती इतकी वेगळी वाटत होती. पण मग त्या मैत्रिणीला तिने गाडीतून लिफ्ट कशी दिली नाही? मैत्रिणीचे घर वेगळ्या दिशेला असणार. बरोबर आहे. आपण रांगेत उभे असतो तेव्हा एक तर परिचयाचा गाडीवाला आपल्याला भेटत नाही. आणि क्वचित कधी तसा तो भेटलाच तर त्याला नेमके कसे आपल्या विरुद्ध दिशेला जायचे असते. हे सारे रांगेच्या नियमाला धरूनच आहे. अटळ. अपरिवर्तनीय.

त्याला एकदम अतिशय उदास. हताश वाटते. जवळ उभ्या असलेल्या खोमचेवाल्याकडून तो चार आण्यांची शेंगदाण्यांची पुडी घेतो. त्यातले खारे दाणे एक एक करीत यांत्रिकपणे तोंडात टाकू लागतो. रांग आता खूपच वाढलेली असते. आणि समोरच्या वळणावरून बस येताना दिसते. मरगळलेल्या रांगेत एकदम चैतन्य निर्माण होते. तो मात्र आता इतका थकला आहे की, बस आल्याचे समाधान देखील त्याला वाटत नाही. रांगेबरोबर निमूटपणे पावले टाकत तो पुढे सरकत राहतो.

■

मनातला किल्ला

नवऱ्याला निरोप दिल्यानंतर तिनं आत येऊन दार बंद करून घेतलं, आणि एकदम तिच्या ध्यानात आलं, आज घरात आपण एकट्या, अगदी एकट्या आहोत. नवरा रोजच्यासारखा कामावर गेला होता. त्यानंतर तो कुठल्यातरी मित्राकडं परस्पर जाणार होता. परवा मालाडवरून दोन दिवसांसाठी नणंद आली होती आणि दोन्ही मुलांना चार दिवस राहायला आपल्या घरी घेऊन गेली होती. धुणीभांडी करणाऱ्या बायजेनं पण कधी नव्हे ती आज रजा घेतली होती. म्हणजे आज सुलोचना घरी अगदी एकटी असणार होती. एक नव्हे, दोन नव्हे, तब्बल दहाबारा तास. पुरा दिवस.

त्या जाणिवेनं सुलोचनेला प्रथम काहीसं विचित्र वाटलं, आणि मग एका विलक्षण मोकळेपणाचा तिला अननुभूत प्रत्यय आला. लहान मुलासारखी तिनं स्वत:भोवती गर्रकन एक गिरकी घेतली आणि मग आपलंच घर, पण एका नव्या नवलाईच्या नजरेनं ती पाहू लागली. या तीन खोल्यांच्या ब्लॉकमध्ये ती राहायला येऊन पाच सहा महिनेच लोटले होते. पाच वर्षांपूर्वी तिच्या नवऱ्यानं या को-ऑपरेटिव्ह सोसायटीत पैसे भरले होते आणि तेव्हापासून त्या दोघांनी, इतकेच नव्हे, तर त्यांच्या दोन छोट्या मुलांनीसुद्धा आपल्या मालकीच्या घराची स्वप्नं सतत रंगवली होती. गजबजलेल्या चाळीत इतकी वर्षं घालवल्यानंतर नव्या स्वतंत्र, स्वयंपूर्ण, आपल्या मालकीच्या घराची त्यांना अपूर्वाई वाटावी हे स्वाभाविकच होतं. शेवटी पाच वर्षानंतर आपली जागा त्यांच्या ताब्यात आली होती आणि त्यांनी आपलं घर मोठ्या हौसेनं, कौतुकानं सजवलं होतं. भरीत भर म्हणून की काय, याच वेळी सुलोचनेच्या नवऱ्याला ऑफिसकडून घरी फोन मिळाला होता. ब्लॉक, तीन खोल्या, फोन – त्यांची सामाजिक श्रेणीच एकदम पालटून गेली होती आणि या

वाढत्या दर्जाचं सुख अनुभवताना पाच सहा महिने कसे उलटून गेले कुणालाच कळलं नव्हतं.

मुलं वयानं लहान. ती चाळीतल्या जीवनातून ब्लॉकमधल्या स्वतंत्र खाजगी जीवनात ताबडतोब रुळली. नवरा बाहेरच्या जगात तसा स्वतंत्रपणेच वावरत असे. त्याला नव्या घराच्या सुखसोयी जाणवल्या. त्यापलीकडं त्याचं विशेष कौतुक त्याला वाटलं नाही. सुलोचनेला मात्र नव्या स्वतंत्र ब्लॉकचा विलक्षण आनंद झाला. तिला आठवत होतं तशी ती माणसांच्या घामट गर्दीतच वावरत आली होती. देशावरच्या एका खेड्यातलं पंचवीस माणसांचं भलंथोरलं एक कुटुंब. त्यात ती वाढली होती. हिंडताफिरता माणसं अंगावर आदळत. लहान पोरं पायांत येत. रात्री जरा अंथरुणावर हालचाल केली तरी शेजारच्या आई-मामी-मावशी-आजीच्या अंगावर हात नाही तर पाय पडे. पुढं ती शहरात काकाकडं राहायला, शिकायला आली; तरी तिथंसुद्धा दहाबारा माणसं होतीच. पावलो-पावली अडचण जाणवे. शरीरालाच नाही तर मनालासुद्धा! आयत्या वेळी चहातला अर्धा चहा कुणाला तरी द्यावा लागे. पोरांच्या जेवणात भात संपला तर सुलोचनेच्या पानात नुसती भाकरी पडे. अंघोळीसाठी मोरी सतत अडलेली. मग थांबावं लागे. शनिवारी न्हाण्यासाठी नंबर लागत. अंथरूण पांघरूण कधी स्वतंत्र, आपलं मिळायचं नाही. परकरसाड्याही बहिणी बहिणींनी आलटून पालटून नेसायच्या. यात कुणाला काही वावगं वाटत नसे. सुलोचनेला मात्र ते असह्य होई. मग ती म्हणे, "लग्नानंतर मी माझं एकटीच स्वतंत्र घर थाटीन. मी आणि माझा नवरा! दुसरं कुणी नाही."

तिच्या नशिबानं तिला हवा होता तसा नवरा मिळाला. मुंबईत तो एकटाच नोकरी करीत होता. चाळीतली का होईना, त्याची त्याला स्वतंत्र खोली होती. सासूसासरे, दीरनणंदा – कुणाचीच अडचण नव्हती. सुलोचनेनं उमेदीनं तिथं आपला संसार थाटला. चाळीतली नाकपुडीसारखी खोली पाहून ती आधी खूपच खट्टू झाली होती. पण तरीही तिनं तिथं हौसेनं करता येईल तेवढी सजावट केली. खिडक्यांना पडदे लावून आडोसा केला. चार चित्रं. खाटेखाली ट्रंका दडवल्या. मोजकी चार भांडी. पण ती चकचकीत, लख्ख ठेवली. मुलं झाली तेव्हा त्यांनाही तिनं तिथं व्यवस्थित सामावून घेतलं आणि सारे चाळकरी मुंबईकर बघतात तशी स्वतंत्र ब्लॉकची स्वप्नं बघत ती चाळीतलं आयुष्य घालवू लागली.

चाळीतली खोली तशी स्वतंत्र खरी, पण गर्दी, घाण, गजबज, माणसांची वर्दळ तिथंही चुकली नाही. गावाकडून दोनदोन, चारचार नातेवाईक येत आणि एवढ्याशा खोलीत अडाणीपणे मुक्काम ठोकून राहात. शेजारणी येताजाता आत डोकावत. अगदी खाजगी गोष्टीतही नाक खुपशीत. पोरं शेजाऱ्यांची भांडणं

घेऊन येत. चाळीतल्या मुलांचा खेळ सुरू झाला, की ती खुशाल या दारातून त्या दारावाटे धावत जात. नळ, संडास– सारं सार्वजनिक. तरी सुलोचनेनं तिथं अनेक वर्षं समाधानात काढली. मनात एकच विचार. एकच स्वप्न. कधीतरी आपल्या मालकीच्या ब्लॉकमध्ये राहायला जायचं आणि अनेक वर्षांच्या दीर्घ तपश्चर्येनंतर तिचं ते स्वप्न आता फळाला आलं होतं. आज सुलोचना आपल्या स्वतंत्र खाजगी घरात राहात होती.

पाच दहा मिनिटांच्या अवधीत सारा भूतकाल तिच्या नजरेसमोरून फिरून गेला. पाच सहा महिने उलटून गेले होते तरी सुलोचनेचं नव्या घराचं कौतुक, आश्चर्य अद्याप संपलं नव्हतं. कधीकधी रात्री अचानक तिला जाग येई. चाळीतल्या खोलीतल्या भिंती तिच्या डोळ्यांसमोर उभ्या असत आणि मग नव्या घराच्या भिंतींकडं, छताकडं ती अनोळखी नजरेनं पाही. आपण इथं कुठे आलो या विचारानं बावचळून जाई. हे आपलंच घर आहे हे तिला स्वत:ला प्रयासानं पटवून द्यावं लागे.

त्या या नव्या घरात सुलोचना आज एकटी, अगदी एकटी होती. आश्चर्य तर खरंच, पण गेल्या पाचसहा महिन्यांत या घरात अगदी एकटी अशी ती कधीच नव्हती. मुलं सकाळी शाळेला जात ती अकरापर्यंत घरी येत. तोवर नवरा जेवून ऑफिसला जाई. दुपारी मुलांची सोबत असे. बायजा भांडीधुण्याला येई ती तास दीड तास घरात रेंगाळत, गप्पा मारीत राही. कधीकधी शेजारच्या घरातली मुलं येत. ती खेळत. कधी खालच्या, वरच्या, शेजारच्या ब्लॉकमधली शेजारीण डोकावून जाई. इथं माणसांचा उपद्रव होत नव्हता तर त्यांची हवीहवीशी सोबत होती, आणि तरीही आपलं खाजगीपण अबाधित राहात होतं. पण आज मात्र प्रथमच सुलोचना घरात अगदी एकटी होती.

ते एकटेपण तिच्या ध्यानात आलं आणि त्याचीच एक अनोखी नशा तिच्या मनावर चढली. समजायला लागल्यापासून असं मुक्त एकटेपण तिनं कधीच अनुभवलं नव्हतं. तिच्या मनात चुरगळून, संकोचून राहिलेलं एक फूलपाखरू एकदम चळवळ करू लागलं आणि पंख उभारून त्यानं घरभर फेऱ्या मारायला सुरूवात केली. सुलोचना तिन्ही खोल्यांतून हिंडत राहिली. हा दिवाणखाना, हे स्वयंपाकघर, ही मुलांची खोली, तीच रात्री बेडरूम! बाहेरच्या या दोन चिमुकल्या गॅलऱ्या. हे घरही तसं मोठं नव्हतंच. पण चाळीतल्या एका खोलीच्या मानानं हा राजवाडा होता आणि सुलोचना त्या राजवाड्यातली राणी होती. तिथं तिचंच राज्य होतं.

ती घरात हिंड हिंड हिंडली. मग थकून स्वयंपाकघरात येऊन बसली. नव्या घरात चकचकीत शुभ्र बर्शेन गॅस होता. सुलोचनेनं चहा केला. तो चवीचवीनं घोट घोट घेतला. आज चहालाही वेगळीच रूची आली होती. नवरा जेवून गेला होता. तिच्यापुरती भाजीपोळी घरात होती; पण सुलोचनेला जेवावंसं वाटेना. तिचं पोट

जणू भरून गेलं होतं. कुठल्यातरी अनामिक आनंदानं ती सैरभैर झाली होती. ती पुन्हा घरात फिरत राहिली. स्वयंपाकघरातली नीटनेटकी लावलेली लख्ख भांडी, मोजके चार डबे, नव्या फॅशनच्या कपबशा तिनं हात लावून पाहिल्या. दिवाणखान्यातल्या दोन खुर्च्यांवरची नसलेली धूळ पुसली. दारांचे पडदे झटकले. बेडरूममधल्या पलंगावरच्या चादरीवरून मायेनं हात फिरवला. मुलांचे कपडे, पुस्तकं व्यवस्थित लावून ठेवली. लहानसं गोदरेजचं कपाट उघडलं. त्यातल्या आपल्या चार कोऱ्या साड्यांचा खोलवर वास घेतला. नव्या रेशमी साडीकडं अभिमानानं पाहिलं. नवऱ्याच्या एकुलत्या एका गरम सुटावर गाल टेकले. मग तिथलीच ओ-द-कलोनची बाटली उघडून चार थेंब साडीवर शिंपडून घेतले. त्या वासानं तिला नवऱ्याची फार आठवण आली. पण ती आठवण पुन्हा आत दडपीत ती म्हणाली, आज मी एकटी. मला कुणाच्या आठवणीचीसुद्धा अडचण नको आहे. नवऱ्याची आठवण नको, मुलांचीसुद्धा आज आठवण नको. निदान आज तरी!

कितीतरी वेळ ती तशीच बेडरूममधल्या पलंगावर बसून राहिली होती. जरा वेळानं घरातल्या शांततेचा किण्ण असा आवाज तिला जाणवू लागला. मध्येच वाऱ्याच्या झोतानं खिडकीचं एक दार आपटलं तेव्हा ती दचकली. आपल्याला असं नुसतं बसून राहवणार नाही हे तिच्या ध्यानात आलं. ती उठली. आरशासमोर जाऊन उभी राहिली. केस उकलून तिनं वेणी घातली. तोंड घसघसून धुतलं. सकाळी आंघोळ झालेली असूनही पुन्हा आंघोळ केली. तोंडावरून पावडरचा हलकासा हात फिरवून घेतला. फुलाफुलांची झुळझुळीत साडी नेसली. नवरा, मुलं घरी नसताना आपण साजशृंगार करीत आहोत या कल्पनेनं तिला कसंसच वाटलं, पण पुन्हा ती हट्टानं म्हणाली, रोज रोज घरातल्यांसाठीच का सारं करायचं? आज मी माझ्यासाठी नटणार! फक्त माझ्यासाठी!

सगळा थाट करून सुलोचना पुन्हा घरात फिरत राहिली. पण आता तिला मघाइतकं मोकळं वाटेना. ती वाट बघू लागली. शेजारीण सहज डोकावेल का? तिची मुलं घरात येतील का? कुठले दूरचे नातेवाईक, पहिल्या चाळीतल्या शेजारणी, दारावर घरगुती सामान विकणाऱ्या विक्रेत्या तरुण मुली, कुणीतरी येईल का? फार वेळ नको. उगाच घडीभर. मग आपण अगदी एकट्यानं आजचा दिवस मजेत घालवायचा.

पण कुणीही आलं नाही.

घर नको तितकं शांत होतं. भिंतीवरचं घड्याळ टकटकत होतं. वाऱ्याच्या झुळकेनं वर्तमानपत्राची पानं किंचित हलत होती. खिडकीच्या दारावर एक चिमणी येऊन बसली. सुलोचनेला तिची सोबतही पुरेशी वाटली. पण चिमणी लगेच उडून गेली. शेजारी आज इतके शांत कसे? बरोबर आहे. परवाच ती सर्व

मंडळी आठवड्यासाठी पुण्याला गेली आहेत नव्हे का? तर मग- तर मग या मजल्यावर मी एकटीच? सुलोचनेला प्रथम कसंसच वाटलं. मग तिला घाम फुटला. ब्लॉकमधली एकटी स्त्री-चोऱ्या, दरोडे, बलात्कार, खून! वर्तमानपत्रातले काळे काळे मथळे तिच्या डोळ्यांसमोरून सरकत गेले. ती घामानं उभी निथळून निघाली, तिच्या मेंदूत विचार पिंजल्यासारखे झाले. कानशिलांवर चमत्कारिक दाब आला. तिला वाटलं, अगदी या क्षणी कुणीतरी यावं.

आणि दारावरची बेल कर्रदिशी वाजली. सुलोचना ताडकन उडालीच. भयंकर भीतीनं तिचा जीव गोळा झाला. कसंबसं दाराशी जाऊन तिनं काचेच्या डोळ्यांतून बाहेर पाहिलं. घरी मासिकं पोचवणारा लायब्ररीचा मुलगा आला होता. सुलोचनेनं टेबलावरचं मासिक घेतलं. दार अर्धवट उघडून तिथूनच जुनं मासिक त्या मुलाच्या हाती दिलं. न बघताच नवं मासिक घेतलं. दार परत धाडदिशी बंद केलं. ती मागं आली. पण छातीतली धडधड कमी झाली नव्हती. पाय लटपटत होते.

आपण एखाद्या निर्मनुष्य बेटावर अडकलो आहोत असं सुलोचनेला वाटलं आणि मग तिला आठवण झाली. फोन बाहेरच्या जगाशी तिला जोडणारा एकमेव दुवा. त्याचा तिला कसा विसर पडला? धावतच ती फोनपाशी गेली. तिनं फोन उचलला. डायल टोन येत नव्हता. अरे देवा! आज साऱ्यांनीच तिच्याविरुद्ध कट केला होता की काय? फोन बंद पडला होता. ती वेड्यासारखी नंबर फिरवू लागली. पण फोन बंदच राहिला.

डाव्या हातानं कपाळ धरून सुलोचना कितीतरी वेळ फोनपाशी बसून राहिली होती. आणि मग अचानक फोन खणखणला. त्या निर्मनुष्य घरात फोनचा आवाज भयंकर, अमानुष वाटला. कापऱ्या हातानं सुलोचनेनं फोन उचलला. त्या क्षणात तिच्या मनात असंख्य शंका डोकावून गेल्या. मुलांना कुणी पळवलं असेल? नवऱ्याला अपघात झाला असेल? तिनं फोन कानाशी कसा नेला तिचं तिला कळलं नाही!

"सुले, सुल्या, घाबरलीस का? अगं मी..." नवऱ्याचे शब्द तिनं जेमतेम ऐकले आणि फोनवरच ती रडू लागली. हुंदके देऊन देऊन रडू लागली.

"अगं, झालं काय? तू खुशाल आहेस ना? काही पत्र आलं का? बोल ना लवकर!" नवरा घाबरून प्रश्नावर प्रश्न विचारीत सुटला. हुंदक्यांमधून कसाबसा श्वास घेत सुलोचना तुटक शब्दांत बोलली,

"मी...ठीक आहे. सारं...व्यवस्थित आहे. पण...पण तुम्ही घरी या. लवकर. मला एकटीला घरात भीती वाटते."

आणि फोन बंद करून धापा टाकीत ती रडं आवरू लागली.

■

ती...

मी बसस्टॉपच्या दिशेने चालू लागले तेव्हाच माझ्यामागून कुणीतरी येत असल्याचे मला जाणवले. पण मागे वळून बघायचा मला धीर होईना. मी तशीच झपाट्याने पावले टाकीत चालत राहिले. रस्ता ओलांडताना तर माझी खात्रीच झाली. कारण ते जे कुणी माझ्या मागून येत होते ते माझ्या इतके जवळ आले की त्याचा गरम धापता श्वास मला माझ्या मानेवर जाणवला. तशीच भरभर चालत मी बसस्टॉपवर येऊन उभी राहिले. उजवीकडे की डावीकडेही बघण्याचे मी कटाक्षाने टाळले. बसस्टॉपवर या दुपारच्या रणरणत्या वेळी फारशी गर्दी नव्हती. पण माझ्याशेजारी, अगदी जवळ कुणी तरी आहे हे मला कळल्याखेरीज राहिले नाही. मी समोरच्या हॉस्पिटलच्या आवारातल्या झाडांवर माझी नजर अगदी खिळवून ठेवली होती. पण जरा वेळाने, अगदी राहावेचना म्हणून मी उजव्या डोळ्यांच्या कोपऱ्यातून अगदी हळूच शेजारी बघून घेतले.

होय. माझी शंका खरी होती. ती तीच होती. अंगावर माझीच पिवळी साडी, माझ्या बाजूच्या डाव्या हातावर माझेच घड्याळ अन् त्या हातात हेलकावणारी माझीच जुनी झिजलेली पर्स... अस्सं. तर मग आज ती आली होती. इतका वेळ तीच माझा पाठलाग करीत होती, अन् आता तर बसमधून माझ्याबरोबर माझ्या घरी यायचाही तिचा विचार दिसत होता. बसस्टॉपवर ज्या तऱ्हेने ती माझ्या शेजारी मला चिकटून उभी होती त्यावरून ते स्पष्टच होत नव्हते का?

मी अस्वस्थ झाले. मला तिचा संतापही आला. गेले कित्येक महिने ती अशी माझ्यामागून आली नव्हती. महिनेच का, मला वाटते, काही वर्षेसुद्धा उलटली असावीत. इतके दिवस तिचा मागमूसही नव्हता. त्यामुळे आपल्या मागचा तिचा ससेमिरा सुटून गेला आहे असे मला वाटले होते आणि मी

समाधानाचा नि:श्वास टाकला होता. मला कसे मोकळे मोकळे, हलके हलके वाटत होते. मनावरून एक काळी सावली दूर झाली होती. मी अधिक स्वतंत्रपणे वागत होते. अधिक मोठ्याने हसत बोलत होते. जोरात, ठामपणाने माझी मते इतरांना ऐकवू लागले होते. तशीच वेळ आली तर दुसऱ्याशी कडकडून भांडतदेखील होते. माझे व्यक्तिमत्त्व मला परत मिळाल्यासारखे वाटत होते.

आणि आता, किती महिन्यांनी, नव्हे किती वर्षांनी तिने मला असे रस्त्यावर अवचित गाठले होते. ज्याअर्थी इतक्या दीर्घकाळानंतर ती आली होती, त्याअर्थी ती लवकर मला सोडील हे शक्यच नव्हते. ती माझ्याबरोबर माझ्या घरी येणार होती. आणि तिला वाटेल तितके दिवस ती माझ्याबरोबर राहणार होती. माझ्या एकांतावर ती हक्क सांगणार होती. माझ्या प्रत्येक कृतीची ती साक्षी होणार होती. माझ्या मनातलेसुद्धा सारे काही ती डोकावून बघणार होती. बरे. हे सर्व ती अगदी निमूटपणे करील असेही नव्हते. ती प्रतिक्षणी मला प्रश्न विचारणार होती. अडवणार होती. माझ्याशी वाद घालणार होती. मला कुत्सितपणे टोमणे मारणार होती व क्वचित माझी निर्भर्त्सनादेखील करणार होती.

मला एकाएकी तिचा विलक्षण संताप आला. कोण ही माझा सतत पाठलाग करणारी? मला नको असताना मला सतत चिकटून राहणारी? का म्हणून मी तिचा सासुरवास सहन करायचा? का म्हणून मी माझ्यावर तिचे वर्चस्व चालू द्यायचे? मी नाही सहन करणार. ती आली आहे ना? येऊ दे. ती माझ्याबरोबर माझ्या घरी येणार आहे ना? मी मुळी तिच्याकडे पाठच फिरवीन. संपूर्ण दुर्लक्ष करीन. तिने कितीही प्रश्न विचारले तरी मी तिला उत्तर म्हणून कसे ते देणार नाही. अशी मी तिची उपेक्षा केली, तिचा अपमान केला म्हणजे तरी आपोआप ती जाईल की नाही?

माझ्या मनात हे विचार चालले होते तेवढ्यात शेजारी उजवीकडे काहीतरी हालचाल झाली. पिवळी साडी सळसळली. पर्सला एक हलकासा हेलकावा मिळाला आणि मग एक अगदी हलके हसू माझ्या कानावर आले. हलके पण स्पष्ट. त्या हसण्याला उपहासाची किनार होती आणि त्याच्यामागे तुच्छतेचा भाव होता.

मी चमकले. ती जवळ असते तेव्हा माझे नुसते बोलणेच नव्हे तर माझ्या मनाच्या कानाकोपऱ्यातले अगदी गूढ, सूक्ष्म विचारतरंगदेखील तिला कळतात हे मी विसरूनच गेले होते. तिच्याकडे संपूर्ण दुर्लक्ष करण्याचा माझा बेत तिला आधीच कळून चुकला होता व त्याबद्दलची आपली प्रतिक्रिया उपरोधाने हसून तिने मला कळवली होती. मला तिची भयंकर चीड आली आणि तिच्यापुढे आपले काही चालत नाही हे समजल्यावर मला माझीही चीड आली. मी समोरच्या झाडावर नजर खिळवून राहिले. हलायचे नाही, बोलायचे नाही, अगदी मनातल्या मनात विचारसुद्धा

करायचा नाही असे ठरवून मी नुसती समोर बघत राहिले.

पण विचार करायचा नाही असे ठरवून कधी विचार बंद करता येतो का? माझे मन अधिकच जोराने तिचा विचार करू लागले. कधीपासून बरे ही ब्याद आपल्यामागे लागली होती? विचार करता करता ध्यानात आले की मी फार लहान होते तेव्हापासून ही आपली अधूनमधून मला भेटतच होती. तेव्हा ती माझ्यासारखीच लहान, छोटीशी होती. माझ्या वर्गातल्या एखाद्या मुलीसारखी. पुढे ती माझ्याबरोबरच वयाने वाढत गेली. परकर पोलक्याच्या जागी साड्या नेसायला लागली. शाळेतून, कॉलेजमधून सतत माझ्याबरोबर वावरत राहिली आणि त्यानंतरच्या काळातही तिने कधी माझा पिच्छा सोडला नाही. मधे काही वर्षे अशी जात की तेव्हा ती अजिबात येत नसे, माझ्या दिशेला ढुंकूनदेखील बघत नसे; आणि ती आपल्या आयुष्यातून कायमची निघून गेली आहे असे वाटून मी सुटकेचा निःश्वास टाकत असे. पण एखादे जुनाट हट्टी दुखणे पुन्हा पुन्हा उपटावे तशी ती पुन्हा अचानक माझ्या आयुष्यात येई. माझ्यावर आपली सत्ता गाजवू लागे. माझे समाधान, माझे मनस्वास्थ्य हिरावून नेई.

तिच्या या कठोर पहाऱ्यात मी अनुभवलेले अनेक प्रसंग माझ्या डोळ्यांसमोरून जाऊ लागले. मी शाळकरी वयात होते तेव्हाची गोष्ट. माझ्या बाकावर बसणाऱ्या शेजारच्या मुलीजवळ एक सुंदर त्रिकोणी लोलक होता. त्या लोलकातून पाहू लागले की साऱ्या जगाचे रंग पालटून जात. नव्हे, सारे जग सप्तरंगांनी झळझळून उठे. त्या लोलकावर माझा जीव जडला होता. मला तो हवा होता. हवा म्हणजे हवाच होता. नुसता घटकेपुरता नव्हे तर अगदी कायमचा, माझ्या मालकीचा असा हवा होता. अन् ती मुलगी तर मला त्या लोलकाला हातसुद्धा लावू द्यायला तयार नव्हती. शेवटी एके दिवशी एक दुर्मिळ संधी मला मिळाली. कशी कोण जाणे, ती मुलगी तो लोलक बाकावरच विसरून गेली. मी अधाशासारखी झडप घालून तो उचलला. त्याचे कंगोरे मी बोटाने चाचपू लागले. इतक्यात माझ्या अगदी जवळून कुणाचे तरी सूक्ष्म पण स्पष्ट हसणे मला ऐकू आले. मी दचकले. लोलक माझ्या हातून पडून फुटायचाच. पण सुदैवाने तो फुटला नाही. मी मान वळवून बघते तो ही आपली माझ्या पाठीशीच उभी. कुत्सितपणे हसत, माझ्याकडे रोखून बघत उभी. मी चपापले. हातातला लोलक घेऊन मी वर्गाबाहेर आले. माझी शेजारीण पिशवी पाठीवर टाकून शाळेच्या फाटकातून बाहेर पडत होती. मी धावत जाऊन तिला गाठले. तिचा लोलक मुकाट्याने तिच्या हातावर ठेवला आणि निराशेचा हुंदका गिळत जड पावलांनी घराकडे चालू लागले.

तसाच तो दुसरा प्रसंग. शाळेत आठवड्याची परीक्षा चालू होती. गणिताचा पेपर होता. माझ्या शेजारी वर्गातली स्कॉलर मुलगी बसली होती, ती नुसती

स्कॉलरच नव्हती तर माझी जिवलग मैत्रीणही होती. पेपरातले एक गणित फारच अवघड होते. मला ते काही केल्या येईना. मी दीनवाण्या नजरेने स्कॉलरकडे बघू लागले. तिला माझी दया आली. तिने मला धीर दिला इतकेच नव्हे तर, गणित सोडवलेली आपली उत्तरपत्रिकाही तिने मला दिसेल अशा बेताने किंचित माझ्या दिशेला सरकवली. मी हळूच पर्यवेक्षिका बाईंकडे बघितले. त्या तरुण शिक्षिका खिडकीबाहेर डोलणाऱ्या झाडाच्या फांदीकडे बघत कसल्यातरी गोड स्वप्नात रंगून गेल्या होत्या. आम्हा मुलींकडे त्यांचे लक्षच नव्हते. एकूण, धोका काही नव्हता. लाईन क्लिअर होती. मी माझी उत्तरपत्रिका जवळ ओढली हातातले पेन उत्साहाने सरसावले आणि आता लिहायला सुरुवात करणार तोच–

माझ्या कानाच्या पाळीवर गरम श्वास आला. अगदी कानाशी कुणीतरी दरडावल्यासारखे पण हळूच कुजबुजले, ''कॉपी करणार? कॉपी करून खोटे मार्क मिळवणार? लाज नाही वाटत?'' मी दचकले. शरमले. माझी कानशिले तापली. लाल पडली. अंगावर भीतीने काटा उभा राहिला. स्कॉलरच्या उत्तरपत्रिकेकडे वळणारी नजर मोठ्या मुष्किलीने मी मागे खेचली आणि पेपरातल्या अवघड गणिताशी मी स्वत:च झटापट करू लागले.

त्यानंतर असाच आणखी एक प्रसंग. शेजारच्या जाधवबाईंना नारळाच्या वड्या चांगल्या करता येत नसत. त्यांनी एकदा आईला वड्या करून द्यायला सांगितले. आमच्या घरी नारळ, साखर पोचती केली. दुपारची जेवणे उरकल्यावर आईने वड्या केल्या, आमच्या घरचे केशर हौसेने त्यात घातले, वड्या डब्यात भरल्या आणि तो डबा शेजारी पोहोचवून देण्याचे काम माझ्याकडे सोपवले. जाधवबाईंच्या घराचा जिना चढताना मी डब्याचे झाकण उघडून पाहिले. पिवळसर केशरी रंगाच्या चौकोनी जाड वड्या किती सुंदर दिसत होत्या. भाजलेल्या ओल्या खोबऱ्याचा कसा खमंग वास येत होता. मला अगदी राहवेना. तोंडाला पाणी सुटले. मी एक वडी उचलली. तेवढ्यात हीच बयाबाई कुठूनशी एकदम तिथे आली आणि हिणवून मला म्हणाली, ''नारळीपाकाच्या वड्या कधी बघितल्या होत्यास की नाही? खा. चोरून दुसऱ्यांच्या घरच्या वड्या खा. भिकारडी कुठली!'' मी कमालीची घाबरले. माझ्या हातातली वडी टपकन पुन्हा डब्यात पडली. डब्याचे झाकण बंद करून मी जड पावलांनी उरलेला जिना चढून गेले. डबा मुकाट्याने जाधवबाईंच्या हाती दिला. त्यांनी डबा उघडून दोन वड्या माझ्या हातावर ठेवल्या. घरी न्यायलाही वड्या दिल्या. मी वड्या खाल्ल्या. पण त्यांची चव गेली ती गेलीच. खरे म्हणजे मला वड्या खाव्याशा वाटल्या हा एवढा मोठा गुन्हा होता का? माझे बालवय तर होते. त्या वयात कुठला इतका संयम? अन् कुठला इतका शहाणपणा तरी? पण तिने ही साधी गोष्टदेखील समजून घेतली नव्हती. 'भिकारडी' म्हणून

मला हिणवले होते. माझ्या मनाचा सारा उत्साह चुरगळून टाकला होता.

वय वाढत चालले. समज येत चालली. बऱ्यावाईटाची माझी जाणही वाढत चालली. मनात अनेक विचार येत. त्यांतले सर्वच काही मी बाहेर बोलून दाखवीत नसे. आपल्या मनात जे जे येते ते सारेच इतरांना बोलून दाखवायचे नसते, त्यांतले कितीतरी लपवायचे असते हे मला आता समजायला लागले होते. अन् त्यामुळे कळत नकळत माझ्या वर्तनात दुटप्पीपणा येत चालला होता. समोरच्या माणसाविषयी मनात कमालीचा तिटकारा भरलेला असला तरी प्रत्यक्षात मी त्याच्याशी आपुलकीने, गोडीगुलाबीने वागत असे. समोरच्या मूर्ख, अहंकारी बाईच्या आत्मप्रौढीच्या बडबडीला हसून मी दाद देत असे. एखादे माणूस धडधडीत खोटे बोलत आहे हे ठाऊक असले तरी प्रत्यक्षात मी त्याला तसे जाणवू देत नसे. त्यामुळे माझ्या चांगुलपणाचा, भलेपणाचा खूपच बोलबाला झाला होता. जनमानसातली माझी प्रतिमा सारखी उंचावत होती. ही मात्र सतत माझ्या अवतीभोवती वावरत असे. आणि ऐन मोक्याच्या घडीला ती माझे पितळ उघडे पाडी.

असे हिने लहानपणापासून मला पछाडले आहे. अनेकदा ती कायमची टळल्यासारखी वाटते. पण टळत मात्र नाही कधीच. ती आपली माझ्या मागावरच असते. सिंदबादच्या मानगुटीवर बसणाऱ्या त्या म्हाताऱ्यासारखी ती माझ्या मानगुटीवर बसलेली आहे...

माझ्या विचारात मी इतकी गढले होते की समोर बस आली तेव्हा मी काहीशी दचकलेच. मी झटदिशी बसमध्ये चढले. पण ती माझ्याही आधी चपळाईने आत शिरली आणि माझ्या शेजारच्याच जागेवर बसली. मी हातातले पुस्तक उघडून वाचू लागले तेव्हा ती पुस्तकात डोके घालू लागली. पुस्तक बंद करून मी रस्त्याच्या दुतर्फा असलेल्या इमारतींकडे, रस्त्यावरून जाणाऱ्या माणसांकडे बघत राहिले. पण तिची नजर माझ्या पाठीला जणू भोक पाडीत होती. शेवटी मी डोळे मिटून स्वस्थ बसून राहिले. पण तिचा माझ्यावरचा सक्त पहारा मिटल्या डोळ्यांमागूनही मला जाणवत होता.

बस वेगाने चालली होती आणि मला असेच आणखी कितीतरी प्रसंग आठवत होते. एकदा मित्रमैत्रिणींच्या घोळक्यात गप्पा मारताना मोरोपंतांचे संपूर्ण आर्याभारत आपण वाचलेले आहे असे मी मोठ्या आढ्यतेने सांगत होते, त्यावेळी एका मैत्रिणीच्या डोळ्यांतून माझ्याकडे कुत्सितपणे बघत ही पुटपुटली होती, ''खोटं. खोटं. सगळ्या थापा.'' एकदा वर्गात तास घेत असताना विद्यार्थ्यांना मी सांगितले होते की कॉलेजमध्ये शिकत असताना मी आठ आठ तास अभ्यास करीत असे, तेव्हा हिने असेच मला अडवले होते. घाबरवून, गोंधळवून टाकले होते आणि मी 'आठ तास अभ्यास रोज नव्हे. कधी कधी.' अशी दुरुस्ती माझ्या विधानात ताबडतोब केली होती. मी जरा कुठे स्वतःबद्दल काही अधिक सांगू

लागले तर हिने प्रत्येक वेळी माझ्या पायात पाय अडकवून मला तोंडघशी पाडले होते. हिरमुसले केले होते. चारचौघांत मला खाली मान घालायला लावली होती.

आणि आज कितीतरी दिवसांनी ती पुन्हा माझ्याबरोबर आली होती. किती दिवस ती माझा पाठपुरावा करणार आहे याचा काहीच अंदाज मला नव्हता; मला अगदी पेचात सापडल्यासारखे झाले. लहानपणीची गोष्ट वेगळी होती. तेव्हा मुळी आपल्यावर सगळेच जण सत्ता गाजवत असतात. आई, वडील, शाळेतले शिक्षक, शेजारीपाजारी-सगळ्यांचे आपल्याला ऐकावे लागते. सगळ्यांकडून बोलून घ्यावे लागते. पण आता मी वयाने वाढले आहे. स्वतंत्र आहे. माझी मी मालकीण आहे. मला वाटेल तसे मी वागेन. मला वाटेल ते मी करीन. ही कोण माझ्यावर हुकूम चालवणार? नाही ऐकणार मी हिचे. अगदी मुळीच ऐकणार नाही. ठरले!

घर आले. मी दार उघडून आत शिरले. ती माझ्या मागोमागच आत आली. हक्काने माझ्या बिछान्यावर जाऊन बसली. मी थकून खुर्चीच्या कडेवर कशीबशी टेकले. माझ्या घरात तिने इतक्या मालकी हक्काने वावरावे, माझ्या वस्तूंचा, माझ्या जागेचा, माझ्या मनाचाही ताबा घ्यावा याचा मला फार राग आला होता. मी तिच्याकडे लक्षच दिले नाही. ती मात्र लगेच माझ्याशी बोलू लागली. मला नाना प्रश्न विचारू लागली. मधल्या काळातल्या माझ्या अनेक चुका, माझ्या हातून घडलेला खोटेपणा, झालेले अपराध ऐकवून मला छेडत राहिली. त्यांतल्या कित्येक गोष्टी तर मी पार विसरूनसुद्धा गेले होते. हिने इतके ते सारे ध्यानात ठेवायचे आणि त्याबद्दल मला खिजवायचे म्हणजे फारच होते.

एकाएकी मी मागे वळले. संतापाने थरथरत तिच्या अंगावर धावून गेले आणि तिला म्हणाले, "जा तू. जा आधी माझ्या घरातून. तू मला आवडत नाहीस. तुझा सासुरवास मला नकोसा झाला आहे. मला गरज नाही तुझी. मी तुझ्याशिवाय जगेन. यशस्वी होईन. सुखी होईन. जा तू. चालती हो. चालती हो."

ती चमकली. माझ्याकडे नीट निरखून पाहू लागली. थोडी विस्मयाने. थोडी खेदाने. मग ती हसली. उदास, केविलवाणे हसली, आणि म्हणाली, "हा दिवस कधीतरी यायचाच होता. हे सारे कधीतरी घडायचेच होते. ठीक आहे. मी जाते. तू सुखी हो."

ती उठली. दार उघडून बाहेर गेली. जिना उतरून खाली गेली. रस्त्यावरच्या माणसांच्या गर्दीत मिळाली. बघता बघता पार दिसेनाशी झाली आणि एकदम माझ्या मनाने पलटी खाल्ली. मला ती हवी होती. फार फार हवी होती. मी दार उघडून बाहेर पडले. तिला हाका मारू लागले. 'परत ये' म्हणून तिची विनवणी करू लागले. पण ती कुठे दिसतच नव्हती.

■

बाबेलचा मनोरा

लहानग्या अद्वैतला घेऊन त्याची आई आमच्या घरी दोन दिवस राहायला म्हणून आली होती. अद्वैतला नुकती तीन वर्षे पुरी झाली आहेत. वयाच्या मानाने तो बराच बोलायला शिकला आहे. बोलायची त्याला हौसही जबरदस्त आहे. आमच्याकडे आल्यावर तो शेजारच्या घरी जाऊन आला. तिथे त्याच्याच वयाची त्याची एक छोटी मैत्रीण आहे. आल्यावर तो मला उत्साहाने काही काही सांगू लागला. बोलता बोलता त्याचे बोलणे त्याला अनावर झाले. आणि मग त्याचे शब्द एकात एक गुंतू लागले. मला तो काय बोलतो आहे हे नीट समजेना. मी माझ्यापरीने त्याच्या शब्दांचा अर्थ लावू लागले. तेव्हा तो गोंधळला. त्याला काहीतरी वेगळेच सांगायचे होते. आणि त्याच्या मते मला ते मुळीच कळत नव्हते. मी त्याला विचारत होते,

"अरे, तू मोनाकडे काय खाल्लंस ते सांगतो आहेस का?"

"नाही, नाही-"

"मग तुम्ही काय खेळलात ते सांगतो आहेस का?"

"नाही. नाहीऽऽ"

तो पुन्हा विलक्षण हातवारे करून जीव तोडून तोडून मला काहीतरी सांगायचा प्रयत्न करू लागला आणि मला तर त्याच्या बोलण्याचा अजिबात उलगडा होईना. अद्वैतचे डोळे तीक्ष्ण, शोधक झाले. त्याचे शब्द अधिकच वेगाने एकात एक अडकू लागले. त्याची ती अवस्था मला बघवेना. म्हणून शेवटी आपल्याला सारे काही कळले आहे असे नाटक करीत मी त्याला म्हटले,

"हं हं! अशी गंमत झाली का? वा! म्हणजे मजाच केलीत म्हणायची तुम्ही!"

"हं!" लांबलचक सूर ओढीत अद्वैत म्हणाला. त्याने आनंदाने टाळी

वाजवली. आपल्याला काय सांगायचे होते ते शेवटी हिला एकदाचे उमगले अशा समाधानाने त्याचा चेहरा फुलून आला आणि तो उड्या मारीत खेळायला निघून गेला.

अद्वैतचे वय लहान. त्याच्या जवळचे शब्द मोजके. आपले भाव व्यक्त करण्याची त्याची ताकद अगदीच अपुरी. त्यामुळे शब्दांच्या द्वारा तो माझ्याशी संपर्क साधू शकत नव्हता. पण तेवढ्या एका घटकेच्या संवादात त्याच्या मनाला ज्या वेदना झाल्या होत्या त्या विलक्षण होत्या. अद्वैतच्या बोलण्याचा विचार करता करता मला दोन दिवसांपूर्वीच माझ्या ओळखीच्या एका गृहस्थांशी झालेल्या भेटीचा प्रसंग आठवला. गृहस्थ वडीलधारे. त्यांचा माझा परिचय अनेक वर्षांचा. नाते जिव्हाळ्याचे. मी माझ्या काही घरगुती अडचणीसंबंधी त्यांच्याशी बोलत होते आणि ते हितचिंतकपणे मला त्याबद्दल सल्ला देत होते. माझ्या अडचणींवर त्यांनी साधे, सरळ, सुटसुटीत उपाय शोधून काढले होते. त्यांच्या बाजूने त्यांचे बोलणे सुसंगत, तर्कशुद्ध होते. पण मी अर्थात माझ्या बाजूने विचार करीत होते, आणि त्यांनी सुचवलेली उपाययोजना माझ्या मुळीच कामी येण्याजोगी नव्हती हे मला स्पष्ट दिसत होते. मी तसे त्यांना सांगू लागले तेव्हा ते अद्वैतसारखेच गोंधळून गेले. शेवटी केवळ त्यांच्या समजुतीखातर मी त्यांना म्हटले,

"माझ्या ध्यानात आलंय तुम्ही काय म्हणता ते अन् आता त्याप्रमाणेच वागायचं मी ठरवलं आहे. त्याखेरीज हा सगळा गुंता काही सुटायचा नाही!"

माझे शब्द ऐकून माझ्या त्या वडीलधाऱ्या स्नेह्यांना अतिशय आनंद झालेला दिसला. त्यांनी एकदम चुटकी वाजवून म्हटले, "हां! आत्ता कळलं तुम्हाला, मला काय म्हणायचंय ते. अहो अडचणी काय, यायच्याच. आपण खंबीर राहिलं म्हणजे आपोआप त्या दूर होतात."

समोरच्या माणसाच्या साऱ्या अडचणींवर, समस्यांवर आपण अगदी हमखास उपयोगी पडणारा तोडगा सुचवला आहे या समाधानाने माझे स्नेही निघून गेले आणि माझ्या प्रश्नांशी मी पुन्हा आपल्या परीने झगडत राहिले.

— तेव्हा हे असे असते. अद्वैतचे बोलणे मला कळत नसते. माझे बोलणे माझ्या स्नेह्यांना उमगलेले नसते. आपण सगळेजण एकाच भाषेत बोलतो हे खरे. पण प्रत्येकाच्या भाषेला आतल्या बाजूने वेगळे पदर असतात. त्या पदरांपर्यंत काही केल्या पोचता येत नाही. आणि मग तो सनातन प्रश्न पुन्हा पुन्हा उद्भवत राहतो- 'Non Communication'चा. असंवादाचा.

इतर कोणत्याही प्राण्याला न लाभलेली बोलण्याची शक्ती मनुष्यप्राण्याला लाभली आहे म्हणून तो स्वत:ला इतरांपेक्षा अधिक भाग्यवान समजतो. पण ही शक्ती किती अपुरी आहे, तिला किती मर्यादा आहेत याची जाणीव माणसाला या

जगात पावलोपावली होत असते. आपल्याला न कळणाऱ्या भाषांची तर गोष्टच सोडून द्या, पण एक भाषा बोलणारे लोक तरी त्या भाषेच्या द्वारा परस्परांचे मनोगत जाणून घेऊ शकतात का? "We are not using the same language." "I can't understand you." "I don't get you." ही इंग्रजी वाक्ये आपल्या दैनंदिन व्यवहारातही आपण अनेकदा वापरत असतो. याचा अर्थ काय? आपण अतिशय आतुरतेने, उत्साहाने दुसऱ्याला काहीतरी सांगायला जावे आणि त्याने थंड निरुत्साहाने, उपेक्षावृत्तीने ते ऐकून घ्यावे, हे आयुष्यात कुणाच्या अनुभवाला येत नाही? 'हलो हलोला हलकट उत्तर' मिळावे, मनातल्या 'शिणलेल्या हेतूंचे शेण' व्हावे ही व्यथा काय एकट्या मर्ढेकरांची आहे? साऱ्या मानवजातीचीच ती सनातन वेदना आहे.

मर्ढेकरांवरून आठवण झाली. मर्ढेकर आपल्या नव्या, वेगळ्या कवितेच्या द्वारा वाचकांना काही अगदी नवीन, निराळे सांगू पाहात होते. पण समकालीनांना मर्ढेकर कळलेच नाहीत. जो मन:संवाद त्यांना वाचकांशी साधायचा होता तो ते साधू शकले नाहीत. मग वाचकांना मर्ढेकर शून्यवादी वाटले. दुर्बोध वाटले. अश्लील वाटले. जे वाटायला हवे होते ते मात्र वाटले नाहीत. अखेरपर्यंत 'हलो हलो'ला 'हलकट उत्तरे' मिळत राहिली.

मर्ढेकरांचीच गोष्ट कशाला? त्यांच्या आधी काही वर्षे केशवसुतही असेच काही अगदी नवे आपल्या वाचकांना सांगू इच्छीत होते. तेही वाचकांना कळत नव्हते. मग केशवसुतांनी व्यथित होऊन उद्‌गार काढले.

> ज्याला मी मुकलो
> विषाद मजला त्याचा मुळीही नसे
> जे पृथ्वीवर आणिले
> जन पहा धिक्कारिती त्या कसे?

आणि केशवसुतांच्याही आधी फार फार वर्षांपूर्वी भगवान व्यासांनी हेच दु:ख बोलून दाखवले होते, 'ऊर्ध्वबाहुर्विरौम्यैष न च कश्चित् श्रुणोति माम्'— 'हात उंच उभारून मी काहीतरी जोरजोराने ओरडून सांगू बघतो आहे, पण माझे कुणी ऐकूनच घेत नाही.' प्रत्येक थोर कवीला, कलाकाराला, विचारवंताला वेळोवेळी हा अनुभव आलेला आहे. समकालीनांशी त्यांना संवाद साधता आला नाही! हा संवाद ते साधू शकले असते तर कितीतरी प्रश्न चुटकीसरसे सुटले असते. किती दु:खे दूर झाली असती. आणि एकूण मानवजातच किती झपाट्याने पुढे झेपावत गेली असती. पण शब्दांची शक्ती सतत अपुरी पडत राहिली आहे. शब्दांच्या द्वारा इतरांशी संवाद साधता येत नाही, हेच साऱ्या मोठ्या माणसांच्या पुन: पुन्हा अनुभवाला येत राहिले आहे!

शब्दांची भाषा अपुरी पडते म्हणून आपण कधीकधी स्पर्शाच्या भाषेचा अवलंब करतो. 'बोलका स्पर्श' वगैरे शब्दसंहती सर्वांच्या परिचयाची आहेच. पण ही स्पर्शाची भाषाही अनेकदा अपुरी पडते. मी वयाच्या चौदाव्या पंधराव्या वर्षी ना. सी. फडके यांच्या एका कादंबरीत एक प्रसंग वाचला होता. नायक नायिकेचा हात आपल्या हातात घेतो असे काहीसे वर्णन होते ते. फडक्यांनी लिहिले होते,

''–तिचा हात तेवढा आपल्या हातात आहे, परंतु प्रत्यक्षात ती आपल्यापासून हजारो मैल दूर अंतरावर आहे असा विचित्र भास त्याला झाला.''

त्या वयात मला ते वाक्य मुळीच पटले नव्हते. एखाद्या व्यक्तीचा हात जर आपल्या हातात आहे तर ती व्यक्ती त्याच वेळी हजारो मैल दूर अंतरावर असल्यासारखी कशी वाटू शकेल असा साधा सरळ प्रश्न मला पडला होता. शरीरे मिळाली तरी मने जवळ येतातच असे नाही हे ज्ञान व्हायला अद्याप खूप वर्षे जायची होती.

शब्दांची भाषा अपुरी पडते म्हणून कलावंतांनी इतर भाषा शोधून काढल्या. सूर, रंग, रेषा, पाषाण या माध्यमांतून ते आपले मनोगत व्यक्त करू लागले. पण या भाषाही नेहमी कळतातच असे नाही. या माध्यमांच्या द्वारा कलावंत स्वत:ला प्रकट करू पाहतात. पण त्यांच्या द्वाराही ते रसिकांशी संवाद साधू शकत नाहीत. कलावंत जेवढा मोठ्या ताकदीचा, तेवढी त्याची कलाकृती अनेक पदरी, अर्थाचे अनेक थर उलगडत जाणारी आणि हजारोंना हजारो प्रकारांनी भावणारी अशी असते. मग एका 'हॅम्लेट'चा अर्थ अनेक अभिनेते अनेक प्रकारे व्यक्त करतात. त्याचे वेड खरे होते की पांघरलेले होते यावर समीक्षक वर्षानुवर्षे रणे माजवतात. एक 'मोनालिसा' आपले गूढ हास्य कायमचे मुखावर घेऊन बसते आणि पिढ्यान्पिढ्या रसिकांना हुलकावण्या देत चाळवत राहते. कविता, चित्रे, शिल्पे यांचे अनेकांना अनेक अर्थ जाणवतात. त्यामागचे कलावंत शेवटी आपल्यापासून दूरच राहतात. खरोखरी त्यांना नेमके काय अभिप्रेत असते कोण जाणे!

ख्रिस्ती धर्मपुस्तकात एक मजेदार कथा आहे. नोहा हा मानवजातीचा एक थोर पूर्वज. त्याच्या वंशजांमध्ये निम्रुद नावाचा एक राजा होऊन गेला. तो फार दुष्ट, हिंसक वृत्तीचा होता. म्हणून देवांना तो आवडत नसे. त्या काळी जगातली सारी माणसे एकच भाषा बोलत असत. निम्रुदाला या साऱ्या माणसांचे एक सलग राज्य स्थापून देवाहूनही वरचढ व्हायचे होते. म्हणून त्याने या माणसांना एक प्रचंड शहर बांधायला सांगितले आणि त्या शहरात एक अतिप्रचंड मनोरा उभा करायचा बेत केला. जेहोवा देवाला हे जेव्हा कळले तेव्हा त्याला ती कल्पना मुळीच आवडली नाही. परंतु निम्रुद व त्याचे लोक यांनी देवाला

आव्हान द्यायचे ठरवले. ते म्हणाले, ''चला. आपण एक प्रचंड मनोरा उभा करू. इतका प्रचंड, इतका उंच की तो आभाळाला भिडेल. आणि मग प्रत्यक्ष देवाचेही आमच्यापुढे काही चालायचे नाही!''

त्यावर जेहोवा देवाने काय केले माहीत आहे? त्याने एक युक्ती योजिली. मनोरा बांधणाऱ्या साऱ्या लोकांची भाषा त्याने वेगवेगळी करून टाकली. आता असे झाले की मनोरा बांधणाऱ्या लोकांना एकमेकांची भाषाच मुळी समजेना. मग ते बांधकाम करणार कसे? मनोरा अर्धवटच राहिला. अन् ज्या प्रचंड नगरीत हे बांधकाम चालले होते तिचे नाव पडले 'बाबेल'. 'बाबेल' म्हणजे गोंधळ. 'बाबेल'चेच पुढे 'बाबिलोन' झाले.

तो बाबेलचा मनोरा तेव्हा अर्धवट राहिला. पण आजही आपण बारकाईने विचार केला तर असे आढळून येते की सारे जग हाही बाबेलचा मनोराच आहे. इथे एकाचे बोलणे दुसऱ्याला समजत नाही.

∎

पावसाआधीचा पाऊस

आज सकाळी जाग आली तीच मुळी पावसाची चाहूल घेऊन.

रात्रभर कमालीचा उकाडा होता. सारखे गदमदत होते. मन चिकचिकले होते आणि घामाच्या ओलीवर पंख्याचा कृत्रिम वारा घेऊन घेऊन अंग दुखत होते. उकाड्यामुळे रात्री कितीतरी वेळ झोपच लागली नाही. अशा जाग्रणानंतर दुसऱ्या दिवशी सकाळी उशीरा जाग येते आणि जाग आल्यावरही सकाळचा ताजेपणा, तरतरी वाटत नाही. उलट शरीर, मन थकलेले, मरगळलेले असते. पण आज जाग आली तेव्हा थकल्याचा, मरगळल्याचा मागमूसदेखील कुठे नव्हता. उलट साऱ्या वृत्ती अतिशय तरतरीत, प्रसन्न, उत्फुल्ल झाल्या होत्या. हा अनावर उत्साह कसला ते मला कळेना. मी झटकन अंथरुणावरून उठले. चूळ भरून, तोंड धुऊन बाहेर आले. गॅलरीशी उभी राहिले, तो सळसळत्या ओलसर वाऱ्याचा एक झोतच्या झोत अंगावर येऊन आदळला. मी हेलपाटलेच. स्वत:ला सावरीत मी आसमंतात पाहिले. खालच्या बागेवर नजर टाकली, तेव्हा माझ्या अंगात होती तीच तरतरी सर्वत्र भरलेली मला आढळली. झाडांच्या फांद्या खालीवर डोलत होत्या. पाने सळसळत होती. गच्च डवरलेल्या पिवळ्याजर्द फुलांच्या झाडांवरून भरभर पाकळ्या सुटत होत्या. खालच्या जमिनीवर त्यांचे पिवळे गालिचे पसरले होते. हवा ढगाळ होती. आभाळ गडद काळसर झाले होते. पण त्या ढगाळ हवेत एक उत्सुक भाव होता. आभाळाचा काळसर रंग लाघवी वाटत होता. साऱ्या वातावरणातच एक सावळे लाडकेपण, लडिवाळपण काठोकाठ दाटून आले होते. मी भारल्यासारखी त्या आभाळाकडे, झाडांकडे, पानांकडे, पिवळ्या फुलांकडे बघत राहिले. इतक्यात पुन्हा वाऱ्याचा एक जोरदार झोत झाडांपानांतून अनावरपणे धावत गेला. फांद्या खालीवर हेलकावल्या. पाने

सळसळली. पिवळी फुले टपटप खाली गळली. कुठूनतरी एक अनामिक ओला सुगंध दरवळत आला. मला एकदम उलगडा झाला. मी हर्षभराने म्हटले, ''अरे, ही तर पावसाची चाहूल!''

मे महिना संपत येतो, जूनची हवा सुरू होते आणि वातावरणात येत्या पावसाची पदचिन्हे उमटू लागतात. मी शाळा कॉलेजात शिकत होते तेव्हा या जून महिन्याशी अनेक नवलाईच्या जाणिवा निगडित असायच्या. उन्हाळ्याची सुटी संपत आली याची खंत मनात ठसठसत असे, पण ती ठसठस कमी करणाऱ्या इतर कितीतरी गोष्टी समोर उभ्या असत. नवे वर्ष सुरू व्हायचे असे. नव्या पुस्तकांची खरेदी करायची असे. त्या पुस्तकांचा कोरा वास आधीच नाकाला जाणवू लागे. आणि त्यांना कव्हरे घालण्यासाठी बोटे शिवशिवू लागत. नव्या पुस्तकांबरोबर नव्या वर्षासाठी नवे कपडेही मिळणार असत. नवे कपडे, नवी पुस्तके, नवी बॅग, नवी छत्री- त्या साऱ्या नव्या साजशृंगारासकट पावले आपली आधीच शाळेच्या, कॉलेजच्या वाटेवरून चालू लागायची. ही वाट पहिल्या पावसाने भिजलेली असे. तिला एक सुंदर हवाहवासा वास असे. भिजलेल्या मातीचा वास. नव्या पुस्तक–कपड्यांच्या कोऱ्या वासात ओल्या जमिनीचा वास मिसळून जाई. त्या साऱ्यांचे मिळून एक अद्भुत रसायन तयार होई. पाऊस प्रत्यक्ष येण्याआधी कितीतरी दिवस त्या अनुभवाची पूर्वतयारी मनात सिद्ध झालेली असे.

शाळकरी वयातली पावसाची ओळख ही बहुधा अशी असे. साक्षात. तेव्हा पाऊस हा जणू अगदी जवळचा, हाडामांसाचा जिवंत सवंगडी वाटे. साद घातली की येणारा, छोटा पैसा दिला की चिडून मोठ्याने कोसळणारा. बाळपणाच्या पावसाच्या आठवणी आपणा सर्वांच्या सारख्याच असतात. त्या काळामध्ये पावसात भिजणे, अंगणात साचलेल्या पाण्यातून होड्या सोडणे, पागोळ्यांच्या सरी अंगावर घेणे, क्वचित आभाळात वीज कडाडून पावसाचे तांडवनृत्य सुरू झाले की घाबरून घरात येऊन पांघरुणात गुडूप होणे, या साऱ्यांतून पावसाशी एक सहज, स्वाभाविक नाते जमत गेले. या वयातल्या पावसात काही इतर आठवणीही बेमालूम मिसळलेल्या असत. पावसामध्ये भिजून आल्यानंतर घेतलेल्या चहाच्या गरम घोटाला विशेष चव येई. बाहेर तुफान पाऊस कोसळू लागला म्हणजे आई आवर्जून थालिपीठ किंवा भजी असे काही चटकमटक खायला करी. त्या भिजट थंड हवेमध्ये गरमगरम थालिपिठाचा तुकडा तोंडात टाकताना, खमंग भज्यांवर ताव मारताना अलौकिक आनंद व्हायचा. आजही माझ्या मनामध्ये पावसाशी या विशिष्ट रूची जोडल्या गेल्या आहेत. इतर पदार्थ तर सोडाच, पण पावसाळी हवेत तांबड्यालाल फुललेल्या निखाऱ्यांवर आईने साधा पापड भाजून खायला दिला तरी तो आवडे. त्याचा स्वादच नव्हे तर वासदेखील मनात दरवळत राही. अशा

वेळी आजीने सांगितलेल्या भुताखेतांच्या गोष्टी पावसाला एक थरारक परिमाण प्राप्त करून देत. आणि झाकोळून आलेल्या पावसाची काळोखी दाट पसरल्यामुळे सांजेच्या कितीतरी आधी घरात पेटवलेल्या कंदिलांचा पिवळा उजेड तर साऱ्या घरभर एक गूढ, रहस्यमय, ऐंद्रजालिक वातावरण तयार करी.

शाळा संपली. कॉलेजचे दिवस आले. कॉलेजचे दिवस हे प्रामुख्याने कवितेचे दिवस होते. या काळात कवितेशी ओळख नुसती वाढली, इतकेच नव्हे, तर ती अगदी घनदाट झाली. आता पाऊस प्रिय वाटे तो वेगळ्या कारणांसाठी. तरुण शरीराला, तरल झालेल्या संवेदनांना पावसाचे आवाहन अनोख्या उत्कटतेने जाणवू लागले. त्याबरोबर पाऊस प्रत्यक्ष अनुभवण्यापेक्षाही कवितेतून त्यांचा सहवास भोगणे आपल्याला अधिक आवडते असा नवा शोध लागला. रविकिरण मंडळाचे कवी आणि त्यांच्या कविता हे कॉलेजच्या दिवसात माझे, माझ्या पिढीचे परमदैवत होते. या कवींनी पावसाचे, पावसाळ्याचे एक वेगळे आकर्षण मनात रुजवले. रविकिरण मंडळाचे सदस्य पावसाळ्याच्या दिवसांत खंडाळ्याला सहल काढीत. दिवसभर पावसात मनसोक्त भिजत, वर्षाऋतुतल्या निसर्गाचा मुक्त आस्वाद घेत. हे सारे सांगोवांगी आमच्या कानावर पडे, आणि मन कसे थरारून जाई. माधव जूलियन यांनी आपल्या स्फुट कवितांत, 'विरहतरंगा'सारख्या खंडकाव्यात वर्षाऋतुची धुंद, उन्मादक शब्दचित्रे रेखाटली आहेत. त्यांतल्या कित्येक ओळी पावसात भिजलेल्या, ताज्या, तरतरीत, हिरव्यागार हिरवळीसारख्या आजही मनात तरारून येतात–

अगोट लागुन ही तर्र जाहली धरणी
सजे जशी हिरवा शालू नेसली सजणी
नदी कषायित धुंदीत चालली फुगुनी–
नव्या वयातील ही ओढ, ही कशास गणी?
पडून झिमझिम पाऊस धुंदतात दिशा
मलाहि होय कसेसेच लागुनी झुरणी

नुसत्या रविकिरण मंडळाच्या कवितांतूनच नव्हे तर इतर कवींच्या कवितांतूनही जिथे जिथे म्हणून पावसाळ्याची वर्णने येत ती सारी मला अतिशय आवडत. त्या वेळी पाठ केलेल्या, नव्हे, पाठ झालेल्या अशा कित्येक ओळी आजही माझ्या ध्यानात आहेत. 'आनंद' कवींची 'शिवामूठ' नावाची एक सुंदर कविता आहे. आज ती कुणाला ठाऊकही नसेल. तिच्या प्रारंभी या ओळी होत्या–

सळ सळ सळ पाऊस कोसळे
हिरवाळुन हे मळे
उमलले सोनटक्क्याचे कळे

अंगणात साचल्या जळावर
पागोळी सळसळे
बुडबुडा इकडून तिकडे पळे!

या ओळी गुणगुणताना मनापुढे एक तरल धूसर चित्र उभे राही. सोनटक्क्याचे
फूल प्रत्यक्षात मी कितीतरी नंतरच्या काळात पाहिले; पण या कवितेतले
'सोनटक्क्याचे कळे' मनावर भलतीच भुलावण घालून गेले. 'चंद्रशेखर' या
पंडिती वळणाच्या कविता लिहिणाऱ्या कवीने केलेले पावसाचे वर्णनही मला
असेच फार आवडले. श्लोकबद्ध रचनेतून कवीने पावसाचे धीरगंभीर डौलदार
आगमन इथे अगदी प्रत्ययकारी रीतीने आपणास जाणवून दिले आहे–

अहो आला आला नवजलद हा अंबरपथी
बसोनी वायूच्या अतिचपल वेगान्वित रथी
किती नानारंगी बिकट धनु त्याचे बिलसते!
विजेची ती दोरी फिरफिरुनी झंकार करते!

आणि हो-कशी विसरले मी? कॉलेजच्या पहिल्या वर्षीच अभ्यासलेले
कालिदासाचे 'मेघदूत'? त्याच्याइतका पावसाचा, ढगांचा, पावसाळी हवेचा
खोल परिचय दुसऱ्या कुणीही मला घडवून दिलेला आठवत नाही. कॉलेज
नुकतेच सुरू झाले होते. प्रिन्सिपल करमरकरांनी वर्गात 'मेघदूत' शिकवायला
सुरुवात केली. बाहेर तुफान पाऊस पडत असे. दूरचे डोंगर ढगांत लुप्त झालेले
असत. वर्गाबाहेरच्या पटांगणात गच्च हिरवळ दाटलेली असे. गवताची पाती
अंगावर पाऊस झेलीत खाली वर होत असत. झाडांतून पावसाचे टपोरे थेंब
टपटप खाली गळत. अशा सुंदर वातावरणात कालिदासाचे ते अमर काव्य
ऐकले. समजावून घेतले. बाहेरच्या पावसाशी कालिदासाच्या शब्दचित्रांनी एक
सहज संवाद साधला. कवितेतला पाऊस आणि वर्गाच्या खिडकीतून दिसणारा
कोसळता पाऊस यांची आपोआप सांगड जमली. आणि 'मेघदूत' या पावसासकट
मनात झिरपत राहिले. आषाढाच्या पहिल्या दिवशी रामगिरी पर्वतावर उभा
राहिलेला, पर्वतशिखरांना आलिंगन देणारा, किल्ल्याच्या बुरुजावर टक्कर द्यायला
सिद्ध झालेल्या हत्तीसारखा वाटणारा तो मेघ, ती फुललेली सुवासिक कुड्याची
फुले, त्या जांभळांच्या घनदाट बागा, गावाबाहेरच्या उद्यानातली जुईची फुले
खुडणाऱ्या त्या माळणी, आभाळातून उडणाऱ्या संगमोत्सुक बगळ्यांच्या रांगा,
मेघाकडे आपले चकित डोळे लावणाऱ्या शालीन ग्रामवधू, नुकत्या नांगरलेल्या
शेतांचा दरवळणारा उन्मादक वास. डवरलेल्या कदंबवृक्षांच्या पिवळ्याधमक
फुलांनी झाकलेला, पृथ्वीच्या स्तनासारखा दिसणारा तो 'नीचै:' नामक पर्वत
आणि यक्षाने आपल्या विरही पत्नीसाठी मेघाजवळ दिलेला तो प्रेमसंदेश, हे

सारेच्या सारे आजही मनात कसे हिरवेगार, अम्लान, टवटवीत राहिले आहे!

पण वय वाढले, आयुष्य बदलले, तसे पावसाचे सुंदर संदर्भही पालटत गेले. आता पाऊस म्हटला की कवितेच्या धुंद ओळी आठवत नाहीत. आठवतात त्या पावसाळ्याबरोबर समोर उभ्या राहणाऱ्या अनेक समस्या. पावसाचे दिवस आले की माळ्यावर नादुरुस्त होऊन पडलेल्या छत्र्या खाली काढल्या पाहिजेत ही जाणीव होते. या छत्र्या उघडून पाहिल्या की मन विषण्ण होते. त्यांतून खंडीभर धूळ उसळते आणि तितकीच झुरळे बाहेर पडतात. छत्र्यांचे कापड त्यांनी खाऊन निकामी केलेले असते. मुलांच्या शाळा, कॉलेजच्या अभ्यासासाठी नव्या पुस्तकांची खरेदी करायची असते. त्याबरोबर त्यांना नवे रेनकोटही घेऊन द्यावे लागतात. छत्र्या, पुस्तके, रेनकोट यांची खरेदी आपले बंदिस्त अंदाजपत्रक पार विस्कटून टाकते. पावसाचे पहिले आगमन आनंददायक असते. धूळ खाली बसते. हवेत गारवा येतो. झाडे टवटवीत हिरवीगार दिसतात आणि मन प्रसन्न होते हे खरे. पण ही प्रसन्नता दीर्घ काळ टिकत नाही. हाच पाऊस अखंड कोसळत राहिला की त्याची ती एकसुरी लय कंटाळा आणते. भरलेले आभाळ बघून भीती वाटते. रेल्वे बंद पडतात, बसेसमध्ये जागा मिळत नाही. अपघात होतात. घरे कोसळतात. माणसे मरतात. झोपड्यांत राहणाऱ्या गरीब लोकांची दैना दैना होते. रस्त्याकडेच्या गटारात सारखे पाणी भरून वाहते आणि चुकून उघड्या राहिलेल्या मॅनहोलमधून माणसेच्या माणसे वाहत जातात. हे झाले शहरातले सामाजिक जीवन. व्यक्तिगत जीवनातही हा पाऊस असाच हाहा:कार उडवून देतो. पोरांच्या शाळा बुडतात. थोरांची ऑफिसे बुडतात. म्हाताऱ्या माणसांचे सांधे धरतात. त्यांचा दमा उसळतो. आणि वयात आलेल्या तरुण मुलामुलींच्या अबोध भावना चाळवल्या जाऊन त्यांना चिडचिडल्यासारखे होते. फार त्रस्त, उदास, एकाकी वाटते.

याचाच अर्थ असा, की प्रत्यक्ष पावसातला सारा धुंद उन्माद, सारी काव्यात्मता आता नष्ट होऊन गेलेली असते. त्याला व्यावहारिक रुक्ष, गद्य संदर्भ येऊन चिकटलेले असतात. म्हणून या वयात खऱ्याखुऱ्या पावसापेक्षा पावसाआधीचा पाऊस अधिक आवडतो. हा पाऊस ढगांत साठलेला असतो, हवेत दाटलेला असतो. झाडापानांच्या उत्सुक सळसळीतून त्याची चाहूल येत असते. वाऱ्यावर त्याचे अस्फुट आलेख उमटलेले असतात. तो पाऊस बाहेर पडत नसतो. तो पडत असतो आपल्या मनात, आणि रुजत असतो हळुवारपणे आपल्या हृदयात. प्रत्यक्षातल्या पावसाचा उपद्रवीपणा या पावसात मुळीच नसतो. कारण तो असतो फक्त आपल्या कल्पनेतला. पण म्हणूनच की काय, त्याचे पाऊसपण अबाधित राहिलेले असते. त्याच्या धारांत या जगातली धूळ मिसळलेली नसते.

तो पाऊस पाण्यावाचून भिजवतो. शरीराऐवजी वृत्तींना चिंब करून टाकतो. माणसातल्या आदितत्त्वाला आवाहन करतो आणि निसर्गाशी त्यांचे असलेले अतूट नाते त्याला पुन्हा एकदा उत्कटपणे जाणवून देतो.

तोच पाऊस आज वातावरणात दाटून राहिला आहे. कल्पनेतला पाऊस. पावसाआधीचा पाऊस. आपले पाऊसपण निखळ, विशुद्ध राखणारा, साऱ्या ऐहिक उपाधीपासून अस्पर्शित, अलिप्त असणारा पाऊस. तोच पाऊस मी झेलते आहे, देहावर नव्हे तर देहापलीकडच्या मनावर, आत्म्यावर. आणि या पावसाची ओळख आपण अद्याप विसरलो नाही या जाणिवेने कृतार्थ होते आहे. ■

निसर्गाकडे परत

माणसामाणसांतल्या परस्परसंबंधांपेक्षा पशुपक्ष्यांमधले परस्परसंबंध अधिक उस्फूर्त, अधिक स्वाभाविक असतात. अनोळखी कुत्रा आपल्या गल्लीत आला तर आधीची गल्लीतली रहिवासी असलेली कुत्री त्याच्याकडे संशयाने बघतात. जोरजोराने भुंकून त्याला बेजार करतात. शत्रू म्हणून त्याच्यावर तुटून पडतात. त्यातून मग त्या उपऱ्या कुत्र्याचे भवितव्य ठरते. तो जर ताकदवान असेल, आपले महत्त्व प्रस्थापित करू शकणारा असेल तरच त्याचा निभाव लागतो. आणि त्याची ताकद कळली तर मग गल्लीतली आधीची कुत्री नाइलाजाने का होईना, त्याला आपल्यामध्ये सामावून घेतात. दोन अनोळखी मांजरे एकमेकांसमोर आली तर त्यांची पहिली प्रतिक्रिया ही संशयाची, शत्रुत्वाचीच असते. ती शेपट्या उभारतात. फुगवतात, दात विचकून फिस्कारतात. एकमेकांवर धावून जातात. नंतर एकमेकांबद्दल विश्वास निर्माण झाला, निदान वैर करून भागणार नाही असे उमगले तरच ती एकमेकांना पत्करतात. एरव्ही नाही.

पक्ष्यांबद्दल किंवा रानटी पशूंबद्दल मला असे खात्रीने काही सांगता येणार नाही. पण त्यांच्या बाबतीतही असेच असावे. पक्ष्यांना उडायला भले थोरले आभाळ मोकळे असते. पण पशू रानात आपापल्या निवासाच्या जागा आखून घेतात आणि त्यांवर इतर पशूंना ते आक्रमण करू देत नाहीत असे मी ऐकले आहे. आल्फ्रेड हिचकॉकचा 'बर्डस्' हा चित्रपट अनेकांनी पाहिला असेल. आपल्या मालकीच्या जागेत माणसे राहायला आली, त्यांनी तिथे घरेदारे बांधली, आपली एक वसाहत निर्माण केली म्हणून चिडलेल्या पक्ष्यांनी त्या माणसांवर तुटून पडून त्यांना तिथून कसे हुसकावून लावले याचे हिचकॉकने त्या चित्रपटात घडवलेले दर्शन अंगावर काटा उभा करणारे आहे. जो अनोळखी असेल, परका

असेल त्याच्याविषयी पहिली प्रतिक्रिया संशयाची व्हावी. जो मित्र नाही त्याच्याविषयी उदासीन राहू नये, आंधळेपणाने त्याला पत्करू नये, एक संभाव्य शत्रू म्हणूनच त्याच्याकडे सावधपणे बघावे, आपला पहिला पवित्रा आत्मसंरक्षणाचा असावा, हा मला वाटते, निसर्गाचाच नियम असला पाहिजे.

पशुपक्ष्यांच्याबाबतीत, जगातल्या बहुतेक प्राण्यांच्या बाबतीत हा नैसर्गिक स्वभावधर्म टिकून राहिलेला आहे. उलट आपण माणसे मात्र तो धर्म गमावून बसलो आहोत. सुधारणा, संस्कृती, सहजीवन, सहिष्णुता इत्यादी गोष्टींच्या नावाखाली आपण एकमेकांशी भलेपणाने, सौजन्याने वागतो. एकमेकांच्या स्वभावातले, वर्तनातले कानेकोपरे त्यांचा स्वतःला उपद्रव होणार नाही अशा बेताने टाळून एकमेकांना स्वीकारतो, त्यातून आपले सामाजिक व्यवहार सुरळीतपणे चालतात. संघर्ष टळतात. सर्वत्र सलोख्याचे वातावरण निर्माण होते. यालाच आपण संस्कृती, प्रगती अशी गोंडस नावे देतो आणि त्यांच्या बळावर स्वतःला पशुपक्ष्यांपेक्षा अधिक सुसंस्कृत, समंजस, सुधारलेले वगैरे मानतो. पण थोडासा खोलात जाऊन विचार केला तर शंका येऊ लागते, हे तितकेसे खरे असते का? आतून पशुपक्ष्यांपेक्षा आपण खरोखर इतके वेगळे असतो का? पूर्वी अश्मयुगात माणूस हा या बाबतीत पशुपक्ष्यांइतकाच इतरांबद्दल संशयी, असहिष्णु असला पाहिजे. नव्हे, तो तसा होताच. आज आपण वरवर तरी त्याच्यापेक्षा खूप बदललो आहोत, पण वरवर बदललो तरी– किंबहुना म्हणूनच-आतून आपण पशुपक्ष्यांइतकेच इतरांबद्दल संशयी आणि सावध असू असे तर नाही? आपल्या नैसर्गिक प्रवृत्ती खरोखर नाहीशा झाल्या आहेत की मनाच्या तळाशी खोलवर पुरून ठेवल्यामुळे त्या अधिक उग्र, उत्कट बनल्या आहेत? मानसशास्त्र सांगते की आपल्या प्रवृत्तींचा स्वाभाविकपणे आविष्कार होऊ द्यावा. तसा तो झाला नाही तर त्याच प्रवृत्ती विकृत होऊन वेड्यावाकड्या रूपाने बाहेर वाट शोधत असतात. अशी वाट त्यांना मिळालीच नाही तर मनात त्यांचे चित्रविचित्र गंड उत्पन्न होतात. या दृष्टीने सुधारलेल्या, सुसंस्कृत, प्रगत माणसाचे सौजन्य, त्याची सहिष्णुता आणि त्याचे सामाजिक सहजीवन यांचा जर शोध घेतला तर काय दिसून येईल? आपण पशुपक्ष्यांपेक्षा सुधारलो आहोत की बिघडलो आहोत? हाच प्रश्न थोड्या वेगळ्या पद्धतीने विचारायचा झाला तर, आपल्या स्वाभाविक प्रवृत्तींना अनुसरणारे पशुपक्षी अधिक चांगले की त्या प्रवृत्ती खोल दडपून वरवर सौजन्य, सहिष्णुता दाखवणारे आपण मानव अधिक चांगले?

मला वाटते, पशुपक्षी हे आपल्यापेक्षा अधिक चांगले असतात. एकमेकांशी वागण्याचे त्यांचे नियम अधिक सरळ, बिनगुंतागुंतीचे, उत्कट आणि निरोगी असतात. त्यांच्या संवेदना शुद्ध, अविकृत असतात. त्यांचे प्रेम, त्यांचे वात्सल्य, त्यांचे शत्रुत्व एका प्राथमिक पातळीवर वावरत असते. म्हणूनच त्यात सबलता

आलेली नसते. भांडताना पशुपक्षी एकमेकांवर आवेशाने हल्ला करतात. अगदी तुटून पडतात. चोचींनी किंवा नखांनी एकमेकांना भोसकतात. ओरबाडतात– फाडून रक्तबंबाळ करतात. एकमेकांचे शारीरिक दुबळे किंवा हळवे भाग शोधून त्यांवरच प्रहार करतात. पण हे सारे स्वच्छपणे चाललेले असते. त्यात एक प्रकारची निरागसता, निर्मळपणा असतो. पशुपक्ष्यांचे, इतकेच काय कीटकांचेही एक सामाजिक जीवन असते. त्या जीवनाचे काही कायदे असतात. हे कायदे तोडणाऱ्यांना तिथेही क्षमा नसते. कळपाचे नियम जो मोडील त्याला कळपाबाहेर हुसकून दिले जाते. क्वचित इतर सजातीय प्राणी त्याला मारूनही टाकतात. कधी कधी तर आपण कळपात राहण्यास लायक नाही हे ध्यानात आल्यावर एखादा पशू किंवा पक्षी आपण होऊनच कळपातून निघून जातो. मरणोन्मुख सिंह किंवा मरणोन्मुख हत्ती सजातीयांपासून दूर कुठेतरी एकाकी ठिकाणी जाऊन राहतो. तिथे एकान्तवासातले मरण पत्करतो. इतरांची कीव, सहानुभूती, हळहळ त्याला नको असते. या साऱ्यांत एक प्रकारची निष्ठुरता आहे. पण ज्याला आपण जंगलाचा कायदा म्हणतो तो असाच निष्ठुर, कठोर असतो. त्यात कठोरपणा आहे तशी एक अपरिहार्यताही आहे. 'नेचर इज रेड इन टुथ अँण्ड क्लॉ'– निसर्गाचे दात आणि नखे रक्ताळलेली असतात, अशी जी इंग्रजी म्हण आहे तिचा अर्थ बहुधा हाच असावा. या निसर्गात दुबळेपणाला क्षमा नाही. जगण्याची ताकद असेल तो जगतो. टिकतो. इतर मरून जातात.

या पशुपक्ष्यांच्या जगावरून आपण जर आपल्या माणसांच्या जगाकडे नजर वळवली, वरवरचा सौजन्याचा आणि समंजसपणाचा तवंग बाजूला सारून मनाचा तळ निरखला तर तिथे काय दिसून येते? पशुपक्ष्यांमध्ये असतात त्याच साऱ्या प्रवृत्ती तिथेही दबा धरून बसलेल्या असत नाहीत काय? फक्त त्यांचे उद्रेक वेगळ्या पद्धतीने होताना दिसतात.

खरे म्हणजे पशुपक्ष्यांइतकेच अनोळखी माणसांबद्दल आपण आतून संशयी असतो. सार्वजनिक ठिकाणी, समुदायात किंवा एखाद्या समारंभात अनोळखी माणसांचा जेव्हा एकमेकांशी परिचय करून दिला जातो तेव्हा हास्यमुद्रा करणे, एकमेकांचे कुशल विचारणे, व्यवसायविषयक व इतर चौकशी करणे हे सारे प्राथमिक उपचार उभयपक्षी कसोशीने पाळले जातात. पण ते उपचारच असतात. कारण याच वेळी दोन्ही माणसे आतून एकमेकांना जोखत असतात. दुसऱ्याचे पाणी किती खोल किंवा उथळ आहे त्याचा अंदाज घेत असतात. मानसिक मोजमाप सुरू असते. पुरुषांपेक्षाही बायकांच्या बाबतीत ही प्रतिक्रिया जास्त तीव्रतेने होते, चार बायका एकत्र जमलेल्या असताना एखादी अनोळखी स्त्री जेव्हा तिथे येते तेव्हा इतर बायका ताबडतोब सावध, सजग होतात. त्यांच्या

मनांचे कान टवकारले जातात. नजरा हिशेबी होतात. आलेली स्त्री सजातीय आहे हे तर प्रथमदर्शनीच कळते. पण ती आपल्यासारखी आहे का? सामाजिक, आर्थिक, सांस्कृतिकदृष्ट्या ती आपल्या कळपात बसते का? बसत असल्यास कळपाचे नियम ती एखाद्या धर्मकृत्याइतक्या श्रद्धेने पाळते का? पाळत नसेल तर ती कुठल्या बाबतीत आपल्यापेक्षा वेगळी आहे? हे वेगळेपण आपल्याला कमीपणा आणणारे किंवा अन्य काही रीतींनी उपद्रवकारक, धोकादायक होणारे आहे काय? हे सारे विचार इतर स्त्रियांच्या मनात सुरू होतात. पण ते इतक्या स्वाभाविकपणे की आलेल्या नव्या स्त्रीला तर काय, पण प्रत्यक्ष ते विचार करणाऱ्या इतर स्त्रियांनाही त्यांची जाणीव होऊ नये. या दृष्टीने स्त्रियांच्या प्रतिक्रिया पुरुषांपेक्षा अधिक नैसर्गिक असतात का? पशुपक्ष्यांचे स्वभावविशेष स्त्रियांत अधिक खोलवर टिकून राहिले आहेत असे तर नाही? पण तसे म्हणावे तर आपले हे स्वाभाविकत्व लपवण्यात स्त्रिया अधिक चतुर असतात. दुसऱ्या पुरुषाबद्दलची शत्रुत्वभावना पुरुषांना फारशी लपवता येत नाही. सौजन्याच्या वरवरच्या आवरणातूनही कधीतरी ती डोकावते. स्त्रिया मात्र एकमेकींबद्दलची आपली अनावड इतक्या सफाईने, कुशलतेने लपवून ठेवतात; आत अगदी वेगळे, उग्र, प्रक्षोभक असे काही खदखदत असताना वरून इतक्या प्रेमाने, आस्थेने, जवळिकीने दुसऱ्या स्त्रियांशी वागत असतात की काही विचारू नये. एका इंग्रजी लेखिकेने थोडेसे विनोदाने म्हटले आहे, ''इन दी केस ऑफ वुमेन इट इज डिफिकल्ट टु से, व्हेन दे आर कॉलिंग ईच अदर 'डार्लिंग' 'डार्लिंग' व्हॉट दे रिअली मीन इज 'डॅम यू, डॅम यू!'' या विधानातला वरवरचा विनोदाचा भाग सोडला तर त्यात बरेच तथ्य आहे हे कबूल करावे लागेल.

पशुपक्ष्यांमधले शत्रुत्वाचे, वैरभावनेचे सारे आविष्कार माणसांच्या बाबतीतही दिसून येतात. फक्त त्यांचे स्वरूप वेगळे असते. पशुपक्षी एकमेकांना नखांनी, चोचींनी भोसकतात. आपण टोकदार कुत्सित शब्दांनी एकमेकांना घायाळ करतो. पशुपक्षी एकमेकांचे दुखरे व हळवे भाग हेरून तिथेच नेमका प्रहार करतात. आपणही इतरांच्या व्यक्तिमत्त्वातल्या, वर्तनातल्या दुबळ्या जागा बघून ठेवतो आणि चार लोकांत नेमका त्याच जागेवर हल्ला करतो. 'वर्म काढुनी शरमायाला उणे कुणाला बोलू नको' असा उपदेश करणाऱ्या अनंतफंदीने मनुष्यस्वभावातली ही गोम अचूक ओळखली आहे. आपण एकमेकांचे उणेदुणे काढतो. पण काही लोकांची दुसऱ्याचे वर्म काढण्याची पद्धत थोडी वेगळी असते. त्यांची परनिंदा वरून स्तुतीची मुलायम आणि मखमली वस्त्रे पांघरून प्रकट होते. त्यामुळे ती अधिक मर्मभेदक बनते. 'पूर्वी काय छान दिसायचीस गं तू! हल्ली त्यातलं काही म्हणता काही राहिलं नाही.' हा अशा निंदात्मक स्तुतीचा एक नमुना! 'परवा

तुमचा तो लेख वाचला. तुमचं नाव जर लेखावर नसतं तर तुम्ही तो लिहिला आहे यावर आपला बुवा विश्वास बसला नसता!' 'तुम्ही काही म्हणा, तुमचं ते पहिलं पुस्तकच आपल्या मनात अगदी खोलवर शिरून बसलं आहे. त्याची सर अलीकडच्या तुमच्या लेखनाला नाही. हां, आता सफाई, कलात्मक जाण अधिक आहे. पण त्या पहिल्या लेखनाचा ताजेपणा, प्रसन्नता काही वेगळीच होती!' 'बुवांची ती दहा वर्षांमागची आर्टसर्कलमधली बैठक. अजून ते सूर या कानांत घुमताहेत. तसा मालकंस पुन्हा काही बुवांनी रंगवला नाही!' 'तुम्ही ही नोकरी करायची म्हणता? छे छे! इतरांची गोष्ट वेगळी. तुमच्या दर्जाच्या माणसानं असलं काही करावं हे आपल्याला पटतच नाही!' ही आणि या प्रकारची विधाने आपण सर्वांनी ऐकलेली असतात. कधी कधी स्वत:ही इतरांना उद्देशून केलेली असतात. त्यातली वरवरची स्तुती सोडली तर आतल्या परजलेल्या नख्या, चोची ध्यानी आल्यावाचून राहणार नाहीत. प्रत्यक्ष निंदेपेक्षा असली प्रच्छन्न निंदा आपल्याला अधिक दुखवते. आणि बोलणाऱ्यांचा हेतूही आपल्याला दुखवावे हाच असतो.

कळपात राहून कळपाचे नियम मोडणाऱ्यालाही माणसे असेच निष्ठुर शासन करतात. समाज त्याचे प्रत्यक्ष वाभाडे काढीत नसेल. पण तो त्याला समाजात वागणे अशक्य करून सोडतो. वेगळ्या वाटेने जाणाऱ्या माणसांची हलकेहलके पण अगदी पद्धतशीरपणे हकालपट्टी केली जाते. तो माणूस फारच ताकदवान असेल तर इतर लोक त्याचे काही वाकडे करू शकत नाहीत. मग नाइलाजाने ते त्याला आपल्यात सामावून घेतात. वेळप्रसंगी त्याच्यापुढे लोचटपणा करतात, लाचारीही पत्करतात. पण या साऱ्यामागे आत एक स्वच्छ नकार, झिडकार दडलेला असतो. माणसाच्या या दुटप्पी वर्तनापेक्षा कळपाचे नियम न पाळणाऱ्या पशूंचा किंवा पक्ष्यांचा सजातीयांनी केलेला क्रूर वध अधिक दयाळूपणाचा आहे असे वाटत नाही का? पशुपक्ष्यांप्रमाणे माणसे एकमेकांना मारून टाकीत नाहीत. पण ती जिवंतपणीच त्याला जगणे अवघड करून सोडतात. किंवा सहानुभूतीने, दयेने त्याला मारून टाकतात.

स्वत:ला कधी संपवावे हे पशुपक्ष्यांना कळते. माणसांना ते कळत नाही. कळले तरी वळत नाही. एका मांजराची लांबलचक सुंदर शेपटी दाराच्या फटीत सापडून चांगलीच दुखावली होती. दुखावलेला भाग काही दिवसांनी निकामी झाला. तेवढ्या शेपटीवरचे केस झडून गेले. ती हडकुळी, निर्जीव झाली. मांजराने काही दिवस शेपटी बरी होण्याची वाट पाहिली. तशी ती होणार नाही हे ध्यानात आले तेव्हा त्याने चक्क आपल्या दातांनी शेपटीचा तेवढा भाग तोडून टाकला आणि उरलेली लांडी शेपटी घेऊन ते समाधानाने जगू लागले. माणसांच्याही शेपट्या अशा निर्जीव, निकामी होतात. पण माणसे त्या तोडायला तयार होत

नाहीत. त्यांचे ओझे ती जन्मभर बाळगतात. ओझेच काय अभिमानही बाळगतात. कधीतरी केलेली देशसेवा, कधीतरी गाजवलेले समाजकारण कालांतराने शिळे होते. त्यातला जिवंतपणा निघून जातो. कालबाह्य झालेले हे पराक्रम म्हणजे अशा निर्जीव शेपट्याच नव्हेत का? पण त्या तोडून टाकणारी माणसे फार क्वचित आढळतात. आपली शेपटी निकामी झाली आहे हे जर माणसे समजून घेत नाहीत तर आपण संपूर्ण निकामी झालो आहोत हे सत्य त्यांना कसे उमगणार? आणि उमगले तरी कसे परवडणार?

मला वाटते, 'निसर्गाकडे परत' हे आपण थोड्या वेगळ्या अर्थाने आचरणात आणायला हवे आहे.

भूलभुलैया

त्याचे केस विसकटलेले अन् धुळीने रापलेले होते. अंगातला पांढरा सदरा अन् पांढरा पायजमा मळकट दिसत होता. पायजम्याच्या कडेला धस लागून कापडाचा तुकडा निघाला होता. तो डाव्या टाचेवर लोंबत होता. पायांतल्या वहाणांपैकी एकीचा अंगठा तुटला होता. त्याच्या वयाचा अंदाज येत नव्हता. अंगकाठी किरकोळ, विशीतल्या मुलासारखी दिसत होती पण चेहऱ्यावरचा भाव चाळिशी ओलांडलेल्या पोक्त, अनुभवी माणसाचा होता.

हा माणूस माझ्या भावाला भेटायला आला होता. मी पुण्याला उन्हाळ्याच्या सुटीत भावाकडे आले होते त्या वेळची गोष्ट. भाऊ इंजिनियर आहे. तो दुपारी कारखान्यातून जेवायला घरी आला त्यावेळी हा माणूस आपल्या भेटीला आल्याचे त्याला कळले. भावाने त्याला आपल्या खोलीत नेले. जेवण थांबवून त्याची विचारपूस केली. तो माणूस जवळ जवळ अर्धा तास माझ्या भावाशी बोलत होता. मला त्यांचे बोलणे ऐकू येत नव्हते. पण तो काहीतरी निकराचे बोलत असावा असे त्याच्या हातवाऱ्यांवरून, बोलण्यातल्या घायकुतीवरून वाटले. त्याला चहा द्यायला मी खोलीत गेले तेव्हा बोलणे संपवून तो माणूस उठायच्या बेतात होता. चहाचा कप पुढ्यात आला तेव्हा तो पुन्हा खुर्चीवर बसला. मी दिलेला चहा त्याने एका दमात पिऊन टाकला. मग डाव्या हाताने तोंड पुशीत तो माझ्या भावाला म्हणाला,

"बघा. तुम्ही शब्द टाकलात ना, तर काम होऊन जाईल सहज. मी तुमच्यावर भरवसा ठेवून आहे, येतो.''

त्याने भावाला नमस्कार केला. मलाही नमस्कार केला. आणि तो घराबाहेर पडला. फाटकातून तो बाहेर पडेपर्यंत मी त्याच्याकडे बघत होते. तो गेल्यावर मी

भावाला विचारले,

"कोण रे हा? काय काम होतं त्याचं तुझ्याकडे?"

भावाच्या बोलण्यावरून मला कळले की हा माणूस आमच्याच लांबच्या नात्यातला चुलत चुलत आतेभाऊ की मामेभाऊ असा कुणी होता. त्याचे नाव जगन. तो बजाज ऑटो इंजिनियरिंग वर्क्समध्ये कामाला होता. पण मध्यंतरी चार दिवस तो कामावरच गेला नाही. म्हणून कंपनीने त्याला काढून टाकले होते. कंपनीने आपल्याला परत कामावर घ्यावे म्हणून तो भावाला भेटायला आला होता. भावाने तिथे कुणाकडे तरी शब्द टाकला तर आपले काम होऊन जाईल अशी त्याला खात्री वाटत होती.

"मग? करणार आहेस तू त्याचं काम?" मी विचारले.

"बघू, काहीतरी करायला हवं." भाऊ म्हणाला, "आपल्या नात्यातला आहे. शिवाय परिस्थिती तर खरीच बिकट आहे त्याची."

माझा दुसरा धाकटा भाऊही पुण्यातच आहे, दुसऱ्या दिवशी सकाळी तो घरी आला होता. बोलता बोलता तो इंजिनियर भावाला म्हणाला,

"अरे, जगन तुझ्याकडे आला होता का?"

"हो. कालच तो मला भेटून गेला."

"नोकरीबद्दल सांगितलं का?"

"होय."

"तू कर काहीतरी त्याच्यासाठी," धाकटा भाऊ म्हणाला, "बिचाऱ्याची आई वर्षभर क्षयानं आजारी आहे म्हणे. त्यात जर नोकरी गेली तर त्याचे हाल कुत्रा खाणार नाही."

"असं म्हणतोस?" इंजिनियर भाऊ कळवळला, "खरं तर उद्या मला अजिबात वेळ नाही. तरी पण मी त्याच्या कंपनीत जाऊन येईन. आहेत काही लोक ओळखीचे माझ्या. होऊन जाईल जगनचं काम."

दोन तीन दिवस असेच गेले. मग एके दिवशी मला एकदम जगनची आठवण झाली. मी भावाला विचारले,

"जगनचं काम झालं का रे? गेला होतास तू बजाजमध्ये?"

भावाचा चेहरा त्रस्त दिसला. तो काही वेळ घुटमळत राहिला. मग एकदम मला म्हणाला,

"अगं, त्या जगनची जरा भानगड निघाली."

"भानगड?" मी आश्चर्याने प्रश्न केला.

"भानगड म्हणजे अशी..." भाऊ सांगू लागला, "कंपनीनं त्याला उगीच काढलेलं नाही. त्याने तिथं काम करताना काही खिळे चोरले म्हणे.

त्यामुळे कंपनीतून त्याची हकालपट्टी झालीय.''

"अरेरे!'' मला वाईट वाटले, क्षणभर मी गप्प बसले. पण लगेच काहीतरी सुचल्यामुळे मी भावाला म्हटले,

"हे खरं का रे पण? नाही तर उगीच आपला गरीबावर आळ घ्यायचा म्हणून घेतला असेल झालं!''

"छे छे! तसं नाही.'' भाऊ म्हणाला, "जगनचा साहेब माझा चांगला मित्र आहे. त्यानंच मला सांगितलं हे. तो तर म्हणाला की जगनला सरळ हातकड्यासुद्धा पडल्या असत्या. कंपनीच्या लोकांना त्याची दया आली म्हणून त्यांनी फक्त त्याला काढून टाकलं!''

– पुढे काही बोलण्यासारखे नव्हतेच.

आणखी आठ दिवस गेले असतील. मी कुठे तरी बाहेर गेले होते. घरी येते तर जगन दिवाणखान्यात बसलेला. भाऊ त्याच्याशी बोलत होता. जरा वेळाने जगन निघून गेला. भावाचा चेहरा प्रसन्न दिसत होता. मी विचारले,

"जगन कशाला आला होता? काय म्हणत होता?''

"अगं ते चोरीबिरीचं खरं नव्हे,'' भाऊ मला सांगू लागला, "कुणीतरी अदावतीनं जगनला गोत्यात आणलं होतं म्हणे. काम करताना त्यानं सदरा काढून ठेवला होता. त्यात कुणी खिळे भरून ठेवले. जगनवर खोटाच आळ आला होता. त्यानं डोळ्यांत पाणी आणून शपथेवर मला सांगितलं.''

"होय ना?'' मला खरोखरच समाधान वाटलं, "गरीब दिसतो बिचारा. तो चोऱ्याबिऱ्या करणाऱ्यातला वाटत नाही. पण मग आता तू काय करणार आहेस त्याच्यासाठी?''

"मी म्हणतो आपल्याच कारखान्यात घ्यावं त्याला,'' भाऊ म्हणाला, "करील काही किरकोळ काम, तूर्त त्याचा पोटाचा प्रश्न सुटेल. मग पुढं बघू त्याला काही ट्रेनिंग देता आलं तर!''

"तसंच कर.'' मी उत्साहाने म्हणाले.

आणि जगन भावाच्या कारखान्यात काम करू लागला. तो वारंवार घरी येई. भावाच्या मुलाशी त्याने दोस्ती केली. माळ्याला गुलाबाची सुरेख रोपे आणून दिली, घरी आला की तो मोकळेपणाने वागे. हसे, बोले. नको म्हणतानाही घरातली किरकोळ कामे करी. त्याच्या आईच्या दुखण्यासाठी भावाने त्याला औषधे घेऊन दिली. आम्हीही त्याच्या आईची विचारपूस करीत असू. नंतर एके दिवशी त्याने आम्हांला सांगितले की त्याची आई आता पुष्कळच सुधारली होती आणि हवापालट करण्यासाठी त्याने तिला गावी पाठवले होते.

सहा महिने गेले आणि भावाच्या कारखान्यात संप सुरू झाला. असे संप

होतात, काही दिवस ताणलेल्या अवस्थेत जातात आणि पुन्हा संप मिटतातही. संपाचे भावाला तितकेसे वाटले नाही. पण दुसऱ्या एका गोष्टीचा त्याला फार मनस्ताप झाला. कारण कारखान्यातल्या लोकांना संपाची चिथावणी देणारे जे लोक होते त्यांपैकी जगन हा एक होता. पुढे तडजोडी होऊन संप मिटल्यावर तिथल्या लोकांनीच भावाला हे सांगितले. भाऊ चिडला. आणि त्याने जगनला ताबडतोब कामावरून काढून टाकले.

नोकरीवरून काढले तरी जगन रागावला नाही. तो घरी येत राहिला. मुलांशी खेळत राहिला. घरच्या माणसांनाही नाही म्हटले तरी त्याची सवय झाली होती. त्यांना जगनला एकदम तोडून टाकवेना. नात्यातला माणूस. परिस्थितीने असहाय झालेला. त्याला अगदी दूर कसे लोटायचे? जगन घरी येई. अधूनमधून फुले, भाजी असे काही आणून देई. भाऊ दिसला म्हणजे तो केविलवाणे हसे, आणि त्याला म्हणे,

"साहेब, तुम्ही निष्कारण माझ्यावर गहजब केला आहे. माझी खरोखरच काही चूक नव्हती. मी संपाच्या भानगडीत नव्हतो. तुम्ही माझ्यावर मेहेरबानी केली म्हणून कारखान्यातले लोक माझ्यावर जळत होते. त्यांनी तुम्हाला खोटंनाटं सांगितलं. माझी गरिबाची नोकरी घालवली."

जगन सतत असे बोले. भावाने मात्र त्याला पुन्हा कारखान्यात घेतले नाही. पण जगनचे आमच्या घरी येणेही त्याने बंद केले नाही. जगन येतच राहिला.

मग एके दिवशी भावाचे हातातले घड्याळ दिवाणखान्यातून गेले. जगन त्या दिवशी सकाळी आमच्याकडे आला होता. घड्याळ गेले आणि जगन घरी यायचा थांबला. घड्याळ त्यानेच पळवले याबद्दल कुणाला शंका राहिली नाही. भाऊ सोडला तर घरातल्या साऱ्यांना जगन आवडत असे. त्यांना त्याच्याविषयी सहानुभूती वाटे. आता जगनने घड्याळ चोरले तेव्हा मात्र साऱ्यांनाच त्याचा संताप आला. माझा धाकटा भाऊ तर चिडून म्हणाला,

"आता त्याला घरीच जाऊन गाठतो अन् चांगला दम भरतो. तशीच वेळ आली तर पोलिसांच्या ताब्यात देतो. चांगला धडा शिकवतो बेट्याला!"

पण बोलता बोलताच भाऊ अडखळला, थांबला. कारण एक गोष्ट अचानक त्याच्या ध्यानात आली होती. जगन कुठे राहात होता तेच मुळी आम्हांला कुणाला ठाऊक नव्हते. इतके दिवस त्याचा जवळून संबंध येऊनही त्याचा पत्ता कुणाला माहीत नव्हता. त्याचे घर कुणी पाहिले नव्हते. आईशिवाय त्याच्या घरात आणखी कोण माणसे आहेत, त्याचे लग्न झालेले आहे का, त्याला मुलेबाळे आहेत का, कशाचाही आम्हाला काहीसुद्धा मागमूस नव्हता.

धाकटा भाऊ थबकला तेव्हा इंजिनियर भावाला हसू आले, तो म्हणाला,

"जाऊ दे झालं, पण घड्याळाचा विषय सोडून देऊ अन् जगनचाही विषय डोक्यातून काढून टाकू.''

काही दिवसांनी जगनचा आम्हाला विसर पडला. त्याची बजाजमधील नोकरी, त्याची क्षयरोगी आई, त्याची भावाच्या कारखान्यातली नोकरी, त्याने संपात घेतलेला किंवा न घेतलेला भाग, त्याने चोरलेले किंवा कदाचित न चोरलेले घड्याळ, सगळे हळूहळू काळाच्या ओघात वाहून गेले. माझ्या भावाच्या मुलाला मात्र अधूनमधून जगनची आठवण येई. तो म्हणे, "जगनकाका आपल्याकडे का येत नाही?''

आणि मग एके दिवशी भाऊ घरी आला. आल्याबरोबर तो हसत सुटला. घरातल्या साऱ्यांना आश्चर्य वाटले, याला इतके हसायला झाले काय? आम्ही त्याला प्रश्न विचारू लागलो तेव्हा तो मला म्हणाला,

"अगं, आज मी माझ्या एका बड्या मित्राकडे चहाला गेलो होतो, तिथं मला कोण भेटलं असेल सांग?''

"कोण?'' मी कुतूहलाने प्रश्न केला.

"जगन! साक्षात जगन!'' भाऊ म्हणाला, "आमच्या मित्राच्या घरी चहा फराळाचे हातांत घेऊन साक्षात जगन दिवाणखान्यात आला. काय त्याचा रुबाब सांगू! पांढरा शुभ्र कडक गणवेष, डोक्यावर टोपी, अन् चेहऱ्यावर खानदानी गंभीर भाव.''

"तुला त्यानं ओळख नाही दिली?'' मी विचारले.

"छे! तो अनोळखी पाहुण्याकडे बघावं तसा माझ्याकडे बघत होता. डोळ्यांत मात्र अस्पष्ट विनवणी, माझ्याविषयी मालकाकडे काही बोलू नका म्हणून!''

"मग तू काय केलंस?'' मी विचारले.

"काय करणार?'' भाऊ म्हणाला, "गप्प बसलो. उगीच कुणाच्या पोटावर कशाला पाय आणा? गंमत म्हणजे जगनचा मालक त्याची फार वाखाणणी करीत होता. इतका निर्मळ, कामसू अन् प्रामाणिक नोकर आम्हाला आमच्या नशिबानंच मिळाला आहे असं म्हणत होता!''

मी काही वेळ विचारमग्न होऊन स्वस्थ राहिले. जरा वेळ कुणी काहीच बोलले नाही. मग मी हलकेच भावाला म्हटले, "काय रे, बजाजमध्ये जगनवर खरोखरीच कुणी आळ घेतला नसेल कशावरून?''

"शक्य आहे.'' भाऊ म्हणाला.

"तुझ्या कारखान्याच्या संपाच्या भानगडीतही बिचारा नसेलच कदाचित!''

"हो. तेही शक्य आहे.'' भाऊ म्हणाला.

"अन् तुझ्या त्या घड्याळाबद्दल म्हणशील तर," मी विचार करीत म्हणाले, "आपलं बाहेरचं दार सदा उघडं असतं, मग जगननेच घड्याळ नेलं याला पुरावा काय?"

"हो ना!" भाऊ म्हणाला, "गेल्या वर्षी नाही का, दिवाणखान्यातून आपला ट्रँझिस्टर चोरीला गेला होता. तेव्हा जगन कुठे आपल्याकडे येत होता?"

"तर मग, तर मग..." मी म्हणाले.

"तेच. तर मग..." भाऊ म्हणाला.

आम्ही दोघे एकमेकांच्या तोंडाकडे टकमक बघत राहिलो. पुढे काही बोलण्यासारखे नव्हतेच.

■

शाळा सुटली, पाटी फुटली...

'शाळा सुटली, पाटी फुटली, आई मला भज्यानं मारलं.' माझ्या लहानपणचे हे एक अत्यंत लोकप्रिय बालगीत. अगदी 'येरे येरे पावसा' इतके लोकप्रिय. पण या बालगीतात बालवयाला साजेसा निर्भर आनंद नाही. ती एक करुण आणि दारुण शोकांतिका आहे. शाळा सुटल्याच्या आनंदात एक लहान अश्राप पोरगे मोठ्या मजेने उड्या मारीत चाललेले असते. शाळेच्या फाटकातून बाहेर पडून ते शाळेच्या कोपऱ्यापाशी येते. आता तसेच पुढच्या रस्त्याला लागणार तो वळणावर भज्या त्याला भेटतो. हे लोकविलक्षण नाव त्याला कुणी दिलेले असते कुणास कळे. बहुधा ते त्याचे टोपण नाव असावे. तेही शरीराच्या आकारावरून दिलेले. 'भज्या' हा भज्यासारखा गोल गरगरीत गुंड असावा, अभ्यासात तो बहुधा 'ढ' असावा आणि नियमाने शाळेत जाणाऱ्या, प्रामाणिकपणे अभ्यास करणाऱ्या छोट्या, सालस, गरीब पोरांना छळणे हा त्याचा विरंगुळा असावा. तर हा भज्या त्या अश्राप पोरासमोर एकदम राक्षसासारखा उभा ठाकतो. पोरगे दचकते, भेदरते. आता घरी गेल्यानंतर आपल्याला खायला काय मिळेल याची निरागस स्वप्ने मनाशी रंगवणारे ते पोर स्वप्नातून एकदम वास्तवात येते. नव्हे त्याला यावेच लागते. कारण ते वास्तव त्या दुष्ट भज्याच्या रूपाने अक्राळविक्राळ मोहरा धारण करून त्याच्यापुढे उभे ठाकलेले असते. भज्या एकदम हात पुढे करतो. पोराच्या कानशिलात भडकावतो. त्याच्या हातातली पाटी ओढून घेतो. आणि ती फोडून तिचे तुकडे तुकडे करतो. अभ्यासात गती नसलेल्या भज्याला पाटीविषयी जळजळीत द्वेष, आकस वाटत असावा हे सहज समजण्याजोगे आहे. पाटी फोडल्यानंतर भज्या त्या पोराला दम भरतो. आणि पौराणिक चित्रपटातल्या राक्षसासारखा 'हा हा हा' असे हसत दूर निघून जातो. पोरगे ढकलून दिल्यामुळे

खाली पडलेले असते. कानफटात बसल्यामुळे त्याचा गाल भगभगत असतो. पाटीचे तुकडे गोळा करून ते बिचारे कसेबसे उठते. मोठमोठ्याने रडत पुढे चालू लागते. पाटीबरोबर त्याच्या मनाचाही चक्काचूर झालेला असतो, रडता रडता मध्येच ते त्या दुष्ट भज्याला शिव्या घालते. पण त्याचा राग दुबळा, वांझोटा असतो. त्यात काही दम नसतो.

शाळेच्या निष्पाप, निर्मळ आणि आनंदमय वातावरणात या भज्याच्या रूपाने शिरलेला हा पहिला 'व्हिलन'. तसे पूर्वी मुलांना मारणारे मास्तर, हेडमास्तर असे किरकोळ व्हिलन या जगात वावरत असत. पण त्यांच्या छड्या मुले सहज खात. त्या छड्या खातानाही मास्तरांनी आपल्याला मारावे यातला न्याय, सुसंगती मुलांना पटत असली पाहिजे, पण भज्याची गोष्ट फारच वेगळी. एकतर तो शाळेत न येणारा असला पाहिजे. दुसरे म्हणजे अभ्यासातही तो कमालीचा मठ्ठ असणार. अशा या निर्बुद्ध, गुंड, मवाली भज्याने आपल्याला मारावे, आपली पाटी सुद्धा फोडून टाकावी यातला अन्याय मुलांच्या काळजांना झोंबत असला पाहिजे. शारीरिक दुःखापेक्षाही अपमानाचे दुःख त्यांना अधिक तीव्रतेने जाणवत असले पाहिजे. मला तर या घटनेत एखाद्या भव्य शोकांतिकेची बीजे लपलेली दिसतात. कारण इथे सद्‌गुणी नायक आहे. दुष्ट खलनायक आहे. पाटी फुटते या घटनेमध्ये तर साऱ्या सुंदर, सुसंस्कृत आणि कोमल प्रवृत्तींचा विध्वंसच सूचित झाला आहे. कोणत्याही भव्य शोकांतिकेमध्ये एक प्रकारची अपरिहार्यता असते. तीच अपरिहार्यता इथेही आहे. या शोकांतिकेचा नायक खलनायकाला काही शासन करू शकत नाही. सत्प्रवृत्तीवर दुष्प्रवृत्तीचा विजय होतो. अर्थात शेवटी हा नायक आईकडे जाऊन तिच्याजवळ 'आई मला भज्यानं मारलं' असा हृदयभेदक हंबरडा फोडतो. आणि 'त्याच्या काय बापाचं खाल्लं?' असा काहीसा असंस्कृत प्रश्नही विचारतो. पण अन्यायाचा प्रतिकार करण्याची ती एक क्षीण दुबळी धडपड असते. त्या पलीकडे त्यात काही अर्थ नसतो. खलनायकाला त्याच्या खलकृतीचे प्रायश्चित्त या ना त्या रूपाने मिळावे असे मला वाटते, ग्रीक नाट्यशास्त्रात एक संकेत आहे. त्याला 'नेमेसिस' की कायसे म्हणतात. पण भज्याला या 'नेमेसिस'ने कधी शासन केल्याचे मला तरी माहीत नाही. त्याचे लहान पोरांना दमदाटी देण्याचे, त्यांच्या पाट्या फोडण्याचे, त्यांना रडवण्याचे काम वर्षानुवर्षे आपले चालूच आहे.

शाळेच्या चिमण्या जगात वास्तवाचा जळजळीत चटका मुलांच्या कोवळ्या मनाला देणारे हे पहिलेच वास्तववादी काव्य असावे. माझ्या लहानपणी तरी साऱ्या मुलामुलींच्या तोंडी हे काव्य घोळत असे. आम्ही ते नाचत नाचत तालावर म्हणत असू. त्यातला कठोर बोध त्या जगात कितपत जाणवत असेल कोण जाणे. आज शाळेतली मुले हे बालगीत म्हणतात की नाही मला ठाऊक नाही.

कॉन्व्हेंटमध्ये जाणारी मुले यासारखे दुसरे एखादे इंग्रजी बालगीत म्हणतात की काय तेही मला ठाऊक नाही.

माझी अशी कल्पना होती की शाळकरी वयातच काय तो भज्याचा उपद्रव होत असणार. शाळा संपली की भज्याही संपला! पण अनुभवान्ती ते खोटे ठरले. शाळा कॉलेजचे दिवस संपले, शिक्षण संपले, पाठ्यपुस्तके कुठे अडगळीत जाऊन पडली, पण भज्या आपला वारंवार भेटतच राहिला. मला आठवते की एम. ए.चा अभ्यास करीत असताना कुणाच्या तरी सांगण्यामुळे भरीला पडून मी लोकरीचा एक स्वेटर करायला घेतला. आता मला शिवणात, विणकामात, कशिद्यात-मुळीच गती नाही हे खरे आहे. पण अननुभवी तरुण वयाच्या अविवेकी उत्साहात असे एखादे काम मी हाती घेतले तर त्यात काय बिघडले? आमच्यासारख्या अडाणी लोकांनी सुया, लोकर, दोरा वगैरेंना स्पर्शच करायचा नाही की काय? मी मोठ्या हौसेने स्वेटर विणायला घेतला. माझा एक टाका घट्ट तर दुसरा सैल होत होता, लोकर विसविशीत झाली होती आणि तिचा मूळचा पांढराशुभ्र रंग ओळखू न येण्याइतका बदलला होता हे सारे खरे. पण माझ्या नवनिर्मितीच्या आनंदाला या कशाचीही बाधा झाली नव्हती. माझे विणकाम चालू होते. इतक्यात आमच्या घरी आमच्या नात्यातल्या एक प्रौढ बाई आल्या. त्या विणकामात भलत्याच हुशार होत्या. गलुती, गळपट्टा, स्वेटर, शाली अशा वस्तू त्या भराभर विणून तयार करीत. जणू देवाने त्यांना बोटांच्या जागी सुयाच दिल्या होत्या. त्या आल्या. मी नको नको म्हणत असताना त्यांनी बळेच माझा स्वेटर घेऊन तो नीट निरखला. त्यावर भरपूर टीका केली. आणि मग, तज्ज्ञ माणसांनाच जमते असे कुत्सित हसू हसत त्या म्हणाल्या, ''तू स्वेटर विणणार! झालंच म्हणजे! कशाला नसत्या भानगडीत पडतेस! माणसाने आपल्याला जमेल ते करावं!''

मी अतिशय ओशाळले. माझा आत्मविश्वास ढासळला. त्यानंतर मला एक टाकाही घालता येईना. तो स्वेटर मी गुंडाळला अन् अडगळीत टाकून दिला. त्यानंतर आजतागायत मी सुया, लोकर, रेशीम या गोष्टींना स्पर्श केला नाही. विणकामात तरबेज असलेल्या त्या बाईंनी माझी एक आवडती पाटी सहज फोडून टाकली होती!

तशीच ती माझी चित्रकला. आपण चित्रे काढायला शिकावे ही माझी आपली बाळपणची एक जोपासलेली हौस. तुरेदार जिरेटोप घातलेले शिवाजी महाराज आणि वाकडी मान करून बासरी वाजवणारा श्रीकृष्ण यांच्या चित्रांनी मी वह्यांची पानेच्या पाने भरून टाकीत असे. माझी धाकटी भावंडे माझ्या चित्रकलेकडे मोठ्या आदराने बघत असत. घरातल्या बायाबापड्यांच्या मनी माझ्या चित्रकलेचे

अपार कौतुक वसत असे. भावंडांना मी पाटीवर सरस्वती काढून द्यायची आणि आईसाठी नागपंचमीच्या दिवशी नाग, रथसप्तमीला रथ असे काही बाही रांगोळीने रेखाटायची. सारे कसे छान चालले होते. माझा जीव सुखावत होता आणि कोवळा अहंकार पोसत होता. अगदी परवा परवापर्यंत सगळे कसे सुरळीत होते. मी वह्यांवर चित्रे काढीत होते. हे अमक्याचे चित्र, ते तमक्याचे चित्र, म्हणून घरात सांगत होते. साऱ्यांना ते पटत होते. तोच माझी एक टीकाखोर मैत्रीण एकदा माझ्याकडे आली. मी नको नको म्हणताना तिने माझी चित्रांची वही हाती घेतली. मी भाबड्या उत्साहाच्या भरात हे चित्र अमक्याचे, ते चित्र तमक्याचे, अशी ओळख तिला करून देऊ लागले. मी मखखपणे ऐकत राहिली. आणि मग कमालीचे दुष्ट हसू हसून ती मला म्हणाली,

"तुझी ही चित्रे पाहिली ना, की मला 'संशयकल्लोळ' नाटकांतलं ते प्रसिद्ध गाणं आठवतं. 'साम्य तिळहि नच दिसत मुखाचे। नाव तरी कोरवा शिरावरि ओळखु येइल चित्रं कुणाचे!'' इतके बोलून ती पुन्हा भरपूर हसली, अन् मग म्हणाली,

"हे बघ. मला तरी ही सारी चित्रं एकाच तोंडवळ्याची दिसताहेत बाई! अगदी खरं बोलायचं तर ही चित्रं मुळी माणसांची सुद्धा वाटत नाहीत. कुणी सांगितलं तुला, तुला चित्रकला येते म्हणून? दे ना सोडून हा भलता उपद्व्याप!''

मी अतिशय खट्टू झाले, माझी आणखी एक पाटी फुटून गेली. पुन्हा 'आई मला भज्यानं मारलं.'' असे म्हणायचीही सोय नव्हती. कारण मला शब्दांनी मारणारी माझी जिवलग मैत्रीणच होती. आपले अगदी जवळचे मित्र हेच आपले सर्वांत मोठे शत्रू असतात हे सत्य मला जळजळीतपणे जाणवले.

हे असे किती अनुभव सांगावेत? वय वाढत गेले तसतशा नव्या नव्या पाट्या उत्साहाने हाती घेतल्या. त्यांवर नवे नवे धडे गिरवून पाहिले. पण कुणी ना कुणी यावे आणि तो धडा आपल्याला कसा जमत नाही, किंबहुना तो आपल्याला आयुष्यातही जमणे कसे शक्य नाही हे समजावून द्यावे, हा क्रम अव्याहतपणे चालूच राहिला. आपण गीत लिहावे आणि संगीत दिग्दर्शकाला ते आवडू नये. आपण कविता लिहावी आणि संपादकाने किंवा टीकाकाराने ती कविताच कशी नाही हे आपल्याला पटवून द्यावे. आपण मोठ्या हौसेने घरात एखादी पाककृती करून बघावी आणि घरातल्या माणसांनी ती पानामध्ये टाकून देऊन आपला अबोल अभिप्राय कृतीने व्यक्त करावा. आपण घरातले एखादे अवघड काम करायला जावे आणि जवळच्याच माणसांनी 'जे जमत नाही ते करावं कशाला? हा धोंडा डोक्यावर दिलाय कुणी?' असे उद्गार काढून आपल्याला हिरमुष्टी करावे. हे सारखे वर्षानुवर्षे चालले आहे. 'राजहंसाचे चालणे

। भूतळी जालिया शहाणे । येर काय कोणे । चालावेचि ना' असा समजूतदार आणि स्वागतशील दृष्टिकोन व्यक्त करणारी ओवी ज्ञानदेवांसारखा महाकवी अनेक शतकांपूर्वी लिहून गेला आहे. पण त्या ओवीतला बोध अजूनही कुणाच्या मनावर ठसलेला दिसत नाही. दुसऱ्याच्या पायात पाय घालून त्याला पाडण्याचे, त्याची पाटी फोडण्याचे आणि त्याला फटाफट शाब्दिक कानफटात मारण्याचे लोकांचे कार्य आपले चालूच आहे.

तर असा हा भज्या. इतकी वर्षे लोटली तरी तो वारंवार भेटतोच आहे. पाट्या फोडायचे अन् मुलांना मारायचे त्याचे काम आपले न थकता चालू आहे. कारण भज्या ही व्यक्ती नाही. ती एक प्रवृत्ती आहे. विध्वंसक, दुष्ट, दुबळ्यांना दमदाटी करणारी आणि त्यांचा आत्मविश्वास खचवणारी. लहान वयात हा भज्या शाळेच्या फाटकाबाहेर, रस्त्याच्या कोपऱ्याशी उभा असे. आता तो आयुष्याच्या प्रत्येक वळणावर भेटतो. अपरिहार्यपणे भेटतो. तो आपली पाटी फोडतो. आपल्याला मारतो. आणि आपण अर्थातच त्याचा काही प्रतिकार करू शकत नाही. लहानपणी निदान मोठ्याने भोकाड पसरता येत असे आणि त्या वयातला जो मोठ्यातला मोठा आधार, आई, तिला जाऊन सांगता येत असे, 'आई मला भज्यानं मारलं!' आता इतक्या प्रौढ वयात आईजवळ तर काय, कुणाजवळच तक्रार करता येत नाही की भोकाडही पसरता येत नाही. आता आपण आपले उठायचे, फुटलेले गुडघे चोळायचे, पाटीचे तुकडे गोळा करायचे आणि मुसमुसत पुढे चालू लागायचे.

कारण आता एक कळून चुकले आहे. शाळा संपली तरी खऱ्या अर्थाने ती कधीच संपत नाही. आणि पाटीची गरजही संपत नाही.

■

ओळख

परदेशात व्यवसायानिमित्त स्थायिक झालेल्या मराठी मंडळींचे विरंगुळ्याचे दिवस म्हणजे शनिवार, रविवार. अशाच एका 'वीकएंड'ला शनिवारी संध्याकाळी पाचसहा मराठी कुटुंबे आपल्या एका मित्राकडे जेवणासाठी आली होती. जेवण हे निमित्त. एकत्र जमून काही वेळ गप्पागोष्टींत, मनोविनोदनात घालविणे हा मुख्य हेतू. परक्या देशात आपलेपण शोधण्याचा, जपण्याचा एक प्रयत्न.

यजमानांचे घर सुरेख होते. पुढल्या बाजूला चिमुकली बाग. मागे खूप दूरवर पसरलेले हिरवेगार मोकळे लॉन. त्या पलीकडून एक हायवे जात होता. कितीही दूरवर नजर टाकली तरी वाटेत कसलाही अडथळा म्हणून येत नव्हता. सरळ पाहिले तर नजर थेट निळ्याभोर क्षितिजालाच जाऊन भिडे. उन्हे कलली होती. मावळत्या सोनेरी किरणांत लॉनचा हिरवा रंग वेगळी छटा घेऊन चमकत होता. थंड वारा सुटला होता. मंडळी लॉनवरच खुर्च्या टाकून बसली होती. पुढ्यात पेये होती. काही खाद्यपदार्थ होते. गप्पांना रंग चढला होता. सारीच माणसे प्रतिष्ठित, सुसंस्कृत, बुद्धिमान. पुरुषांप्रमाणे स्त्रियाही नोकऱ्या करणाऱ्या. परदेशी पाणी साऱ्यांच्या चेहऱ्यांवर चमकत होते. पण मूळचे मराठीपण त्यातून लपत नव्हते. बाहेर सतत इंग्रजी बोलण्याचा सराव. पण इथे मंडळी मराठी बोलत होती. हसत होती. सर्वांचीच अनेक वर्षांची ओळख. त्यामुळे वागण्या-बोलण्यात अकृत्रिम मोकळेपणा होता. एकमेकांना एकेरी नावाने संबोधले जात होते. घरगुती चौकश्या चालल्या होत्या. हास्यविनोदांचे रंगीत गुच्छ फुलत होते. एक सुंदर सहज वातावरण तयार झाले होते.

यजमानांची एकच छोटी मुलगी. जेमतेम पाचसहा वर्षांची असेल नसेल. कापलेले केस, गोबरे गाल, अंगात तोकडा झगा. ती इकडून तिकडे हिंडत

होती. आलेल्या पाहुणे मंडळीत तिच्याबरोबरीचे एकही छोटे मूल नव्हते. त्यामुळे तिची जरा पंचाईत झाली होती. मुलगी अतिशय चुणचुणीत. गोड. आलेले सारे अंकल अन् सगळ्या आँटी तिच्या चांगल्या ओळखीच्या. त्यामुळे ती सराईतपणे मंडळीत वावरत होती. मोठी माणसे गप्पांत रंगली होती. त्यातून या छोटीकडे लक्ष देणे अवघडच. तरीही सारी तिचे कौतुक करीत होती. ती कुणाच्याजवळ जाऊन त्याच्या मांडीवर बसे. कुणाचा हात उगाचच हातात घेऊन त्याला हेलकावे देत राही. कुणाच्या पाठीमागे जाऊन त्याच्या गळ्यात हात टाकी. अशा वेळी ती व्यक्ती आपले बोलणे थांबवून तिच्याकडे हसून पाही. कौतुकाने तिची दखल घेई. एखादे वाक्य तिच्याशी बोले. खाद्यपदार्थाचा तुकडा तिच्या तोंडात घाली. आणि मग तिच्या बाबतीतले आपले कर्तव्य आपण केले, आता तिच्याकडे जास्त लक्ष द्यायचे कारण नाही अशी आपल्या मनाची समजूत घालून पुन्हा संभाषणाचा तुटलेला धागा जोडून घेई. छोटीही तेवढ्यापुरती सुखावे. या मोठ्या माणसांच्या मैफलीत आपल्यालाही काही स्थान आहे असे तिला वाटे. ती अधिकच लडिवाळपणे साऱ्यांशी लगट करी.

पण मध्येच कधीतरी तिला परकेपणाही जाणवे. एकदम काहीतरी आठवून ती कुणाला काही सांगायला जाई तेव्हा बोलते वाक्य पुरे करून मगच ते माणूस तिच्याकडे वळत असे. कधी तिचा पुढे आलेला हात सहज बाजूला सारला जाई. कधी आईचे तोंड आपल्याकडे वळवून ती तिला काहीतरी सांगू लागे तेव्हा आई विचूकपणे काही वेगळेच उत्तर तिला देई. एखादा अंकल तिचे पिंगे केस मागे सारी, एखादी आंटी तिच्या गालाचा मुका घेई तेव्हा त्या क्रियांत मन:पूर्वकता नाही, काहीसा यांत्रिकपणा आहे असे तिला जाणवे. तेवढ्यापुरती ती हिरमुसली होई. काही वेळ बाजूच्या एका खुर्चीवर जाऊन बसे. चेहऱ्यावर रुसकेपणा उमटे. पण हेही थोडा वेळ टिके. छोटीला पुन्हा मैफलीत सामील व्हावेसे वाटे. मग ती हळूहळू माणसांच्या जवळ येई. ती माणसे एखाद्या विनोदाला हसली तर हीही उगाचच जोरात हसे. कुणी कुणाच्या हातावर टाळी दिली तर ही आपणच टाळ्या वाजवून जोरजोरात खिदळू लागे. मग माणसे आश्चर्याने तिच्याकडे बघत. कुणीतरी तिला जवळ ओढून कुरवाळी. शाबासकीची थाप देई. हिचा अहंकार सुखावे. आपणही कुणीतरी महत्त्वाची व्यक्ती आहोत हा भाव तिच्या डोळ्यात तरळून जाई.

पण एकदम काहीतरी घडे आणि छोटीची नेमकी जागा तिला दाखवून दिली जाई. लॉनवर छोटीचा एक चिमुकला स्विमिंग पूल होता. प्लास्टिकचा. त्यात पाणी भरायचे आणि आत बसून डुबक्या मारायच्या. छोटी फारच मध्येमध्ये यायला लागली तेव्हा तिची आई तिला म्हणाली, "तुझ्या स्विमिंग पूलमध्ये पाणी भरून देऊ का? तू त्यात तुझी बदकं सोड. कशी पोहतात बघ ती."

आईने प्लास्टिकची दोन बदके तिच्या हातात दिली. छोटी जरा विचारी नजरेने बदकांकडे बघत राहिली. मग तिने ती खाली ठेवून दिली. जमलेल्या मंडळीपैकी कुणीतरी तिचा चेंडू उचलून तिच्या हातात दिला. ती चेंडू कुरवाळीत अपेक्षेने सर्वांकडे बघत राहिली. तिच्याबरोबर कुणी खेळायला आले असते तर तिची चेंडू खेळायची तयारी होती. पण कुणीच तिच्याबरोबर खेळायला उत्सुक दिसेना. तेवढ्यात तिला काहीतरी आठवण झाली. ती धावत आत गेली आणि पत्त्यांचा छोटा जोड घेऊन बाहेर आली, इतक्या मंडळीत एखादे कुणी तरी आपल्याबरोबर पत्ते खेळेल असे तिला वाटत होते. पत्ते घेऊन ती साऱ्यांच्या समोरून हिंडली. पण सगळ्यांनी गोड हसून तिला बाजूला सारले. या मोठ्या माणसांच्या बैठकीतून आपल्याला पद्धतशीर कटवले जात आहे हे तिच्या ध्यानात आले. काही वेळ ती मुकाट्याने बाजूला बसून राहिली. हातांतले पत्ते चाळू लागली. पण फार वेळ दूर राहणे तिच्या वयाला, वृत्तीला शक्य नव्हते. कुणीतरी तिला खुणावून जवळ बोलावले तेव्हा ती उड्या मारीत आली. पुन्हा खुषीने मंडळींत सामील झाली.

एव्हाना तास दीड तास उलटून गेला होता. सूर्य अद्याप मावळला नव्हता पण आभाळ भरून आले होते, पावसाचा रंग दिसत होता. शिवाय जेवायला उठणेही आवश्यक होते. जेवणे आटोपल्यावर मंडळींना आपापल्या गाड्यांतून दूर अंतरावरील आपापल्या घरी जायचे होते. यजमानांनी सर्वांना आत चलण्याची सूचना केली, मंडळी आत आली. टेबलावर विविध खाद्यपदार्थ मांडलेले होते. पक्वान्नांचा रूचकर दरवळ सुटला होता. हातांत डिशेस, नॅपकिन्स घेऊन मंडळी टेबलाभोवती गोळा झाली. आपणाला हवे ते पदार्थ बश्यांतून घेऊ लागली. मग दिवाणखान्यात सोयिस्कर जागा बघून कुणी कोचावर आसन ठोकले तर कुणी जमिनीवरच बैठक मारली. यजमान व यजमानीण जातीने साऱ्यांकडे लक्ष देत होती. हवे, नको, विचारीत होती. प्रत्येकाच्या आवडीनुसार त्याला ते ते खाद्यपदार्थ आवर्जून वाढीत होती. यजमान व्यवसायाने डॉक्टर; पण त्यांचा शास्त्रोक्त संगीताचा व्यासंग उत्तम होता. ते स्वतः चांगले गात. मैफली करीत. आता पाहुण्यांच्या करमणुकीसाठी त्यांनी आपल्या एका मैफलीची टेप लावली होती. माणसे खात होती. गप्पा मारीत होती. गाणे ऐकत होती, गाण्यातल्या नेमक्या जागांना दर्दीपणे दाद देत होती. 'वाहवा!' 'क्या बात है' 'मार्व्हलस' असे उद्गार उमटत होते.

आणि छोटी? तीही या गर्दीत होतीच. आईने तिची छोटी डिश तिला भरून दिली होती आणि ती मोठ्या माणसांत बसून त्यांच्यासारखी शिस्तीत जेवत होती. प्रौढपणाचा आव चेहऱ्यावर आणून सावकाश, चवीने खात होती. इतरांचे लक्ष आपल्याकडे वेधून घेण्याचे तिचे प्रयत्न आता मंदावले होते. त्यांतला व्यर्थपणा तिला कळून चुकला होता. तरीही सवयीने ती हसे. उगाचच

कुणाकडे बघे. एखादा शब्द बोले. प्रतिसाद मिळाला नाही तर खाली मान घालून खायला सुरुवात करी. जेवणे आटोपत आली होती. इतक्यात बाहेर विजेचा प्रचंड कडकडाट झाला आणि वादळी वाऱ्याचा झोत वेगाने आत शिरला. दारे, खिडक्या धाडधाड उघडून वारे आत आले.

छोटी दाराशीच होती. तिने एकदम किंकाळी फोडली आणि ती मोठ्या मोठ्याने रडू लागली. अचानक सुरू झालेल्या वादळाने माणसे दचकली होती. त्यात छोटीचे किंचाळणे सुरू झाले. नेमके काय घडले आहे. कुणालाच काही कळेना. मध्यंतरी कसलाच अडथळा नसलेले वादळ क्षितिजापासून विनाअटक घरात घुसले होते. त्याने थैमान घातले होते. वारे वेड लागल्यासारखे घुमत होते आणि त्या साऱ्या कल्लोळावर छोटीचा सूर उंच चढला होता, ती विलक्षण किंचाळत होती. हातपाय झाडीत होती. सगळी माणसे धावत तिच्यापाशी गेली. 'काय झालं?' 'ही इतकी का रडते?', 'बोटबीट दारात चेंगरलं की काय?' चिंतातुर स्वरांत प्रश्न विचारले जात होते. छोटीच्या आईने तिला पटकन उचलून घेतले. छातीशी घट्ट धरले. कुरवाळले. पण तिचे रडणे, किंचाळणे थांबेना. ती रडत होती. आणि 'माझा स्विमिंग पूल', 'माझा स्विमिंग पूल' म्हणून सारखी किंचाळत होती. वादळाचा झोत आला होता आणि छोटीच्या कल्पनेत तिचा प्लास्टिकचा स्विमिंग पूल वाऱ्यात उडून गेला होता. ती घटना तिच्या डोळ्यांना जणू प्रत्यक्ष दिसली होती. तिच्या सुरक्षित, स्थिर जगाला जोराचा धक्का बसला होता आणि ते वादळात सापडले होते. छोटीच्या आईला एका विलक्षण संवेदनेने छोटीचे दुःख जाणवले. तिने खिडकीतून तिचा स्विमिंग पूल तिला दाखवला. तो वादळात उडून गेला नव्हता. होता तिथेच सुखरूप होता. छोटी जरा सावरली. पण घटकेपूर्वी जे कल्पनेत तिने अनुभवले त्याचा जबरदस्त हादरा तिला बसला होता. त्यामुळे ती अजूनही रडत होती. स्फुंदत होती. थरथर कापत होती आणि पुन:पुन्हा विचारीत होती; "येवढं वादळ सुटलंच कसं? येवढा पाऊस का येतो?"

सारी संध्याकाळ तिची उपेक्षा करणारी माणसे आता तिला वेढून उभी होती. तिच्यावर प्रेमाचा, मायेचा, वात्सल्याचा वर्षाव करीत होती. कुणी तिला कुरवाळत होते. कुणी तिचे मुके घेत होते. कुणी तिची समजूत घालीत होते. पण आता तिला त्यांतले काही नको होते. आयुष्यात अगदी प्रथमच जीवनाची जी अनिश्चितता तिला कळली होती, संकटाचे जे अनपेक्षित दर्शन तिला झाले होते त्याने ती मुळापासून हादरून गेली होती. स्थिर, सुरक्षित असे काहीही एका क्षणात अस्थिर, असुरक्षित बनू शकते हे ती प्रथमच पाहात होती. त्याचा अर्थ तिला कळत नव्हता आणि ती अगतिक केविलवाणेपणाने पुन:पुन्हा विचारीत होती, "येवढा वारा येतो कसा? इतका पाऊस पडतोच कसा?"

मैफल अचानक संपली, माणसे घरोघर निघून गेली, छोटीचे हुंदके चालूच होते. आईने तिला खोलीत नेले. आपल्या छातीशी तिला बिलगून घेतले. बिछान्यावर झोपवले. उद्या सकाळी छोटी रोजच्यासारखी झोपेतून जागी होईल. तेव्हा वादळ ओसरलेले असेल. छोटीला तर त्याचा विसरही पडला असेल. पण त्या वादळाचा ठसा तिच्या अबोध मनावर कुठेतरी राहील. तो जन्मभर तिचा पाठपुरावा करील. छोटी एका रात्रीत खूपच वाढलेली असेल. ती अधिक शहाणी झालेली असेल. आणि दु:खीही. यापुढे येणाऱ्या संकटांना छोटी अधिक धीराने तोंड देईल. अपयशांना ती सामोरी जाईल. निराशा, अपमान, अपेक्षाभंग ती पचवील. कारण दु:खाशी तिची तोंडओळख झालेली आहे. वादळ तिने पाहिले आहे. क्षणापूर्वीचे स्थिर एका घटकेत कसे अस्थिर होते हे तिने अनुभवले आहे.

■

गुलाब, काटे, कळ्या...

मागे चांगले लांब देठ ठेवून खुडलेले आठदहा ताजे रसरशीत टपोरे गुलाब मैत्रिणीने माझ्या हातात दिले. मी तो गुच्छ नाकाशी धरला. ओलसर पाकळ्यांचा स्पर्श जाणवला. जुना ओळखीचा गोड वास दरवळत आला. जीव हरखला. पण काहीतरी चुकल्यासारखे वाटत होते. काय ते नेमके कळेना. हातांतल्या गुलाबाकडे मी पुन्हा पाहू लागले. मैत्रीण हसली. ती म्हणाली, "अगं, तुझ्या हातांना बोचू नयेत म्हणून गुलाबाचे काटे मी आधीच काढून टाकले आहेत. इतक्या लांब घरी ही फुले घेऊन जाणार तू. वाटेनं जाताना काटे टोचले असते हातांना. आता भीती नाही. नाही का?"

मी हातांतल्या गुलाबांकडे नजर टाकली. खरेच. देठावर काटे नव्हते. गुलाबाचे काटे फुलांच्या विरुद्ध दिशेला वळलेले असतात. चिमुकल्या खंजिरांच्या टोकासारखे. त्यामुळे तर ते टोचण्याचे भय असते. काट्यांची टोके फुलांच्याच बाजूला वर वळलेली असती तर प्रश्न नव्हता. काट्यांसकट गुलाब खुशाल हातांत धरता आले असते. पाकळ्याही वरच्या बाजूला उमलत गेलेल्या, काटेही तसेच वर वळलेले. पण गुलाबाच्या झाडाने आपली ती सोय पाहिली नाही. फुले हवी असतील तर उलट दिशेने जाणाऱ्या त्या आडमुठ्या काट्यांची बोच सहन करायला हवी. एखाद्या माणसाच्या स्वभावात परस्परविरोधी दिशेला धावणाऱ्या दोन सारख्याच तीव्र आणि उत्कट प्रवृत्ती असाव्यात, त्यांची एकमेकात सतत रस्सीखेच चाललेली असावी तसेच हे म्हणायचे. गुलाबाच्या झाडाच्या प्रकृतीतले हे द्वंद्व म्हटले तर अस्वाभाविक. म्हटले तर स्वाभाविक.

आता मी हातांतले गुलाब काहीशा सहानुभूतीने न्याहाळू लागले. फुलांखालचे लांब देठ गुळगुळीत, निरुपद्रवी झाले होते. मैत्रिणीने नखलून टाकलेल्या काट्यांच्या

जागी त्यांचे अस्तित्व सुचवणाऱ्या केविलवाण्या खुणा फक्त राहिल्या होत्या. हिरव्यागार देठांवर फिकट वण उमटले होते. मला वाईट वाटले. खुडून टाकलेल्या काट्यांची दया आली. त्यांना त्यांच्या हक्काच्या जागेवरून बळजबरीने हुसकावून लावण्यात आले होते. मला माझ्या मैत्रिणीचा राग आला. तिला कुणी सांगितले होते ही नसती उठाठेव करायला? गुलाब द्यायचेच होते तर ते काट्यांसकट द्यायचे. काटे सांभाळीत, चुकवीत गुलाब घरी कसे न्यायचे ते माझे मी बघून घेतले असते. मला तर गुलाब, हिरवी पाने, काटे-सारेच हवे होते. हे बिनकाट्यांचे गुलाब मला भुंडे वाटत होते. असे सुंदर टवटवीत गुलाब मिळाल्याचा माझा आनंदही जणू भुंडा झाला होता.

अर्थात मैत्रिणीला यातले मी काहीच बोलून दाखवले नाही. तिला कदाचित ते कळले नसते. कळले असते तर आवडले नसते. मी निमूटपणे गुलाब घरी आणले. काळजीपूर्वक ते पाण्यात ठेवून दिले. चार पाच दिवस गुलाब टवटवीत राहिले. ज्या कळ्या अर्धवट उमलल्या होत्या त्या पूर्ण उमलल्या. उमललेल्या फुलांच्या पाकळ्या यथाक्रम सुट्या झाल्या. एक एक करीत गळून गेल्या. काही दिवसांनी तर गुलाबांचे नुसते देठच शिल्लक राहिले. नंतर तेही काढून मी केरात टाकून दिले. उत्पत्ती, विकास, विलय या साऱ्या अवस्थेतून फुले गेली. त्यांमध्ये त्यांना साथ द्यायला काटे मात्र नव्हते. काटे असते तर फुलांचे उमलणे त्यांनी पाहिले असते, दरवळता सुगंध त्यांनी अनुभवला असता. पाकळ्या गळतानाची त्यांची व्यथा काट्यांनाही जाणवली असती. आणि पाकळ्यांबरोबर तेही गळून गेले असते. पण गुलाबाचे काटे गळतात का? मला वाटते गळतात. गोविंदाग्रजांनी आपल्या एका कवितेत म्हटले आहे,

काटे सुकले फांदीवरती
घन त्यांची झाली राना
गुलाब देवा तुम्ही वाहिला
गोड करून तो का घ्या ना?

म्हणजे गुलाबाचे सुकलेले काटे झाडावरून खाली गळून पडत असणार. पण गळून पडण्यापूर्वी त्यांनाही गुलाबांच्या फुलांबरोबरच देवाच्या पायावर वाहिले असते तर? त्यांना तेवढेच बरे नसते का वाटले? अर्थात गोविंदाग्रजांच्या कवितेतले गुलाब आणि काटे प्रतीकात्मक आहेत. पुण्य आणि पाप यांची प्रतीके म्हणून कवीने त्यांची अनुक्रमे योजना केली आहे. पण म्हणून काय झाले? इतकी तरल कल्पकता आणि उत्कट संवेदनशीलता असलेल्या गोविंदाग्रजांसारख्या प्रतिभावंतानेही गुलाब आणि काटे यांची अशी सरधोपट, निर्विकार फारकत करावी का?

काटे खुडलेल्या त्या गुलाबांची पुढे कित्येक दिवस मला आठवण येत

होती. त्याबरोबर आणखी एक विचित्र आठवण माझ्या मनात जागी झाली. एकदा मी अशीच एका ओळखीच्या घरी गेले होते. मी जाताच त्या घरातला पाळलेला बोका नेहमीच्या सवयीने माझ्याजवळ आला. ओळखीच्या सलगीने पायांना अंग घासू लागला. मी खाली वाकून मन्याला कुरवाळले. पण ओळखीचा मन्या आज ओळखीचा वाटेना. त्याच्या चेहऱ्यात, एकूण रूपातच काहीतरी चुकल्यासारखे वाटत होते. पण काय ते नेमके मला उमगेना. माझा गोंधळ बघून घरातल्या बाई हसू लागल्या. हसत हसतच त्या म्हणाल्या, ''मन्या वेगळाच वाटतोय ना? अहो, हे आमच्या बंड्याचं काम. त्यानं एक दिवस कातरी घेतली अन् मन्याच्या आपल्या मिश्याच कापून टाकल्या! मिश्या गेल्यामुळे मन्या असा विचित्र दिसतोय तुम्हाला.''

बाईंच्या स्वरात तक्रार होती. पण तक्रारीपेक्षाही आपल्या मुलाच्या खोडकरपणाचे कौतुक जास्त होते. मी मन्याकडे पुन्हा पाहिले. मिश्या गेल्यामुळे त्याचा रुबाबच नाहीसा झाला होता. बिचारा कसा हिरमुसलेला, ओशाळवाणा दिसत होता.

काटे खुडलेले गुलाब आणि मिश्या कातरलेला मन्या – माझ्या दृष्टीने त्या दोघांत काहीतरी साम्य होते. म्हणून तर गुलाबांबरोबर मन्याचीही मला आठवण झाली होती. माझ्या दृष्टीने गुलाबाचे काटे खुडणारी माझी मैत्रीण आणि मन्याच्या मिश्या कातरणारा बंड्या दोघांनीही मोठाच दुष्टपणा केला होता. त्यांच्या अपराधाला क्षमा नव्हती.

आणखी काही दिवस गेले आणि माझ्याकडे माझी दुसरी एक मैत्रीण आली. ही मैत्रीण म्हणजे एक चालता बोलता ज्ञानकोशच आहे. तिला अमुक गोष्ट माहीत नाही असे नाही. साहित्यापासून भूगर्भशास्त्रापर्यंत, शास्त्रीय संगीतापासून बागकामापर्यंत आणि राजकारणापासून पाकशास्त्रापर्यंत अनेक गोष्टींत तिला रस आहे. इतकेच नव्हे तर त्यांतले तिला भरपूर ज्ञानही आहे. तिचे वाचन अर्थातच अफाट आहे. आणि मुख्य म्हणजे पुराव्यावाचून न बोलण्याची तिला वाईट सवय आहे. ती इतरांना फार उपद्रवकारक होते. ही मैत्रीण आल्यावर तिच्याशी गप्पा मारता मारता मी तिला काटे खुडलेल्या गुलाबाची गोष्ट मोठ्या भावपूर्ण रीतीने सांगितली. भरीला मिश्या कापलेल्या मन्या बोक्याचाही संदर्भ दिला. पण त्या हृदयद्रावक घटनांचा माझ्या मैत्रिणीवर काहीही परिणाम झाला नाही. उलट ती खदखदा हसत सुटली.

''हसायला काय झालं?'' मी चिडून प्रश्न केला.

''मला तुझ्या अडाणीपणाचं हसू आलं.'' मैत्रीण म्हणाली, ''तुम्हा लोकांना कशाची काही माहिती नसते. मग उगाच भावविवश होऊन तुम्ही कसली तरी खंत करीत बसता. काहीतरी बडबडत राहता. गुलाबाचे काटे काढले म्हणून तुला म्हणे दुःख झालं. काय खुळेपणा! गुलाबाच्या कळ्या खुडतात हे तुला सांगितलं तर काय म्हणशील?''

"गुलाबाच्या कळ्या खुडतात? त्या काय म्हणून?" मी आश्चर्याने विचारले.

"समज, गुलाबाला पंचवीस कळ्या आलेल्या असतील तर त्यांतल्या वीस कळ्या चक्क खुडून टाकतात. म्हणजे उरलेल्या पाच कळ्या चांगल्या पोसतात अन् त्यांची टपोरी घसघशीत फुलं होतात. गुलाबांच्या झाडाचं हे कुटुंबनियोजनच म्हणेनास!" मैत्रिणीने सांगितले.

मी नवलाने बघत राहिले.

"आणखी ऐक." मैत्रीण म्हणाली, "पावसाळ्याच्या सुरुवातीला मोगऱ्याच्या झाडाच्या मुळाशी निखारे टाकून मोगरा होरपळतात म्हणजे मगच तो उन्हाळ्यात रसरसून फुटतो, हे माहीत आहे तुला?"

अर्थातच हेही मला माहीत नव्हते.

"झाड वाढू लागलं म्हणजे त्याचे कोवळे कोवळे शेंडे खुडून टाकतात. असं केलं तर झाड जखमी वगैरे काही होत नाही. उलट ते खूप झपाट्यानं भरगच्च वाढतं, त्याला छान आकारही येतो."

मैत्रीण बोलत होती. मी नुसती ऐकत होते.

"गाईबैलांची शिंगं सुंदर दिसतात. अगदी काव्यमय वाटतात. पण प्रत्यक्षात त्यांचा कुणाला काही उपयोग नसतो," मैत्रीण म्हणाली, "तेव्हा पुष्कळदा शेतकरी ही शिंगं कापून टाकतात. कुत्र्यांच्या शेपट्या कापल्या तर त्यांची वाढ चांगली होते. आपणसुद्धा हातापायांची नखं काढून टाकतो. वाघ, सिंह तर झाडावर नखं घासून ती कमी करतात. खरं सांगायचं तर या अगदी साध्या व्यावहारिक सोयीच्या गोष्टी आहेत. त्यांत खंत करण्याजोगे, व्याकुळ होण्याजोगे काहीसुद्धा नाही. तुझ्या मन्याच्या मिश्या गेल्या म्हणून तुला म्हणे तो हिरमुसलेला दिसला. पण एवढ्यात पुन्हा भेटली आहेस का तू त्याला? त्याच्या मिश्या एव्हाना चांगल्या लांबलचक वाढलेल्या असतील!"

मैत्रिणीच्या भडिमारापुढे मी अवाक् होऊन गेले. यांतले काही म्हटल्या काहीच मला ठाऊक नव्हते. मी तसे कबूल केले तेव्हा मैत्रीण म्हणाली, "खरं म्हणजे हे अगदी सर्वसामान्य ज्ञान आहे. पण ते तुला नाही. हरकत नाही. तुझ्या अज्ञानाबद्दल मी तुला माफ करीन. पण अज्ञानापेक्षा तुम्हा लोकांच्या ढोंगीपणाची, अहंकाराची मला अधिक चीड येते!"

"मी ढोंगीपणा काय केला? आणि अहंकार कसला?" मी विचारले.

"तू आता मला ज्या गुलाबांच्या नि मांजरांच्या गोष्टी सांगत होतीस, ज्या सुरात बोलत होतीस, हळहळत होतीस त्यामागे एक छुपा अहंकार होता. या दुष्ट, निर्दय, संवेदनाशून्य माणसांच्या जगात आपण मात्र वेगळ्या, हळव्या, फारच संवेदनाक्षम आहोत असा तुझा एकंदर आविर्भाव होता. खरं सांगायचं तर

आपले तथाकथित दु:ख तू 'एंजॉय' करीत होतीस.''

''तुझ्याशी बोलण्यात काही अर्थ नाही.'' मी चिडून म्हटले, ''बरं, ढोंगीपणा म्हणत होतीस तो कसला?''

मैत्रीण माझ्याकडे काही वेळ मिष्किलपणे बघत राहिली. मग ती म्हणाली, ''तू स्त्री आहेस, तेव्हा मिश्या कापण्याचा दृष्टांत इथं गैरलागू आहे. पण मला एक सांग. तू जगात, समाजात वावरताना आपल्या स्वभावाचे, व्यक्तिमत्त्वाचे काटे खुडून टाकत नाहीस? ते तुला चालतं, पत्करतं. मग गुलाबाचे काटे सोयीनुसार खुडले तर त्यात काय मोठंसं बिघडलं? मी ढोंगीपणा म्हणते तो हाच! पटलं का?''

मी नुसती मान हलवली. तो होकार होता की नकार होता माझे मलाच कळले नाही. मी मान हलवली आणि चहा करायला उठले.

■

चोरबाजार

काल मी चोरबाजार पाहिला.

छे छे. या शब्दात कसलीही कोटी मला अभिप्रेत नाही. किंवा चोरबाजार नावाचा एखादा हिंदी चित्रपट वगैरे मी पाहिला असेही नाही. (काला बाजार नावाचा एक सिनेमा बऱ्याच वर्षांपूर्वी पाहिल्याचे आठवते. तसा 'चोरबाजार' नावाचा सिनेमा निघाला असणेही अशक्य नाही.) चोरबाजार म्हणजे अगदी खराखुरा चोरबाजार मी पाहिला असेच मला म्हणायचे आहे.

त्याचे असे झाले. माझा एक विद्यार्थीमित्र आहे. बरेच दिवस तो मला म्हणत होता, "बाई, आपण एकदा चोरबाजार बघायला जाऊ या." पण तो योग काही येत नव्हता. कारण चोरबाजारात म्हणे शुक्रवारी जावे लागते. त्या दिवशी तिथे फेरीवाले येतात आणि बाजारही त्याच दिवशी भरगच्च असतो. वेळ दुपारी तीननंतर सोयीची असते. मुख्य म्हणजे तिथली घाण, गर्दी, गिऱ्हाइकांचे बोलणे, आवाजांचा कल्लोळ या कशाची पर्वा न करता (आणि वाट न चुकता) पाय तुटेपर्यंत भटकायची तयारी ठेवावी लागते. या साऱ्या अटी पाळून आणि माझ्या अन् माझ्या विद्यार्थिमित्राच्या सवडीच्या वेळा जमवून मग चोरबाजारात आम्ही जायला हवे होते. हे इतके दिवस काही जमले नाही. काल मात्र ते अचानक जमले. सतीश – माझा विद्यार्थिमित्र – माझ्याकडे आला. त्याला सवड होती. मला सवड होती. दिवस शुक्रवारचा होता. मुख्य म्हणजे कधी नव्हे ती मनमुराद भटकण्याची मला लहर आली होती. सतीश मला म्हणाला, "आज जाऊ या बाई, चोरबाजार बघायला?" मी मागला पुढला विचार न करता म्हटले, "चल जाऊ या." आणि आम्ही निघालो.

चोरबाजाराचा नेमका पत्ता सांगणे अवघड आहे. महंमह अली रोडवरून

क्रॉफर्ड मार्केटच्या दिशेने तुम्ही निघाला आहात अशी कल्पना करा. जाता जाता ऐन मुसलमानी वस्तीच्या अंतरंगात जेव्हा आपण येऊन पोहोचतो तेव्हा उजवीकडच्या रस्त्याला लागायचे आणि चालता चालता पहिल्या की दुसऱ्या अरुंद रस्त्याने उजवीकडेच पुन्हा आत शिरायचे. यानंतर अनेक आडव्या, उभ्या, एकमेकींना छेदून जाणाऱ्या आणि अगम्य रीतीने परस्परांत गुरफटलेल्या गल्ल्यांच्या अद्भुत चक्रव्यूहात आपण सापडतो. हाच चोरबाजार. आता हा पत्ता काही मला नेमका देता आलेला नाही हे उघड आहे. पण याहून जास्त नेमका पत्ता मला सांगताही येणार नाही. मुळातच मुंबईच्या रस्त्यांचे, त्यांच्या नावांचे माझे ज्ञान मर्यादित आहे. त्यातून चोरबाजार तर अशा अवघड ठिकाणी वसलेला आहे की यापेक्षा त्याचा जास्त अचूक ठावठिकाणा मला समजावून सांगता यायचा नाही.

तर असे आम्ही चोरबाजारात शिरलो. पहिल्या गल्लीत मी पाऊल टाकले मात्र; काळाचे चक्र जणू उलट दिशेने भर्रकन फिरले आणि पन्नाससाठ वर्षांपूर्वीच्या काळातल्या मुंबईत मी उभी आहे असा मला भास झाला. पण हेही विधान तितकेसे खरे नव्हे. कारण चोरबाजारात साठसत्तर वर्षांपूर्वीच्या जुन्या अद्भुत चिजा जशा जागजागी मांडून ठेवलेल्या दिसत होत्या तसे तऱ्हेतऱ्हेचे ट्रॅन्झिस्टर्स, कुकिंग रेंज, परदेशी काचसामान, मूल्यवान सेंट्सच्या रिकाम्या बाटल्या, टेलिफोनचे दर्शनी सांगाडे, अगदी अलीकडच्या काळातल्या हिंदी आणि इंग्रजी चित्रपटांतल्या गाण्यांच्या कॅसेट टेप्स, अशा आधुनिक वस्तूही तिथे सर्वत्र दिसून येत होत्या. जुन्यानव्यांचे ते विचित्र मिश्रण चक्रावून टाकणारे होते. प्रत्येक दुकानदारासमोर गिऱ्हाइकांची गर्दी होती. माणसे आपापसांत बोलत होती. वाद घालीत होती. एखाद्या दुकानाच्या दाराशी बांधलेली गोजिरवाणी बकरी छोट्या मुलाने भरवलेली कोवळी पाने लुबुलुबु खात होती. एखादा मुसलमान चट्टेरी पट्टेरी लुंगी सावरीत निर्विकारपणे इकडून तिकडे जात होता. मुसलमानी रंगीबेरंगी मिठाया मोठाल्या ताटांतून मांडलेल्या होत्या. काचेच्या बरण्यांत बिस्किटे, नानकटाई भरून ठेवलेली होती. एका दुकानदाराच्या दुकानाच्या फळीवर एक लेकुरवाळी मांजरी आपल्या एकुलत्या एका पिलाला वळण लावीत होती. एका दुकानासमोर 'अलीबाबा आणि चाळीस चोर' या 'अरेबियन नाइट्स' मधल्या कथेतूनच अलगद उचलून आणल्यासारखा वाटावा असा भलाथोरला रांजण ठेवलेला होता. नाना प्रकारच्या आवाजांचा एकच गुंतवळा झाला होता. आणि दुकानादुकानातून रेडिओ, ट्रॅन्झिस्टर, टेपरेकॉर्डर चालू होते. माणसांच्या चित्रविचित्र गोंगाटातून अचानक एखादी भरदार आवाजातली कवाली कानांवर येई. कधी बेगम अख्तरच्या दर्दभऱ्या ठुमरीचे काळजाला भिडणारे सूर उमटत तर कधी, अगदी जुन्या, विस्मृतप्राय चित्रपटामधल्या एखाद्या गाण्यातली

लताची भिरभिरती सुरेल तान जिवाचे पाणी पाणी करून टाकी. सारे अजब, अनोखे, अद्‌भुत होते. आपण मुंबईत आहोत की दुसऱ्याच एखाद्या अपरिचित दुनियेत आलो आहोत तेही कळत नव्हते.

चोरबाजारातल्या गल्ल्या अरुंद आहेत. रस्त्याच्या दोन्ही बाजूंना दुकानदारांनी जमिनीवरच ठिकठिकाणी आपला माल मांडून ठेवला असल्यामुळे त्या आणखीच अरुंद वाटत होत्या. एका दुकानदाराच्या पुढ्यात बरेच काचसामान होते. तुटलेल्या झुंबराचे पैलूदार लोलक एका भल्या थोरल्या काचेच्या थाळीत मांडून ठेवले होते. पलीकडे सेंटच्या बाटल्यांचा ढीग पडला होता. एकेकाळी त्या बाटल्यांतून भारी भारी परदेशी सेंट्स् भरून ठेवलेले होते. आता तो सुगंध उडून गेला होता. तरीही एखाद्या बाटलीचे झाकण उघडून पाहिले तर तो मंदपणे जाणवत होता. मनात आले, या बाटल्या, कधी कुठल्या निमित्ताने कुणी कुणाला दिल्या असतील. कुठल्या कुठल्या भारी वस्त्रप्रावरणांवर हे सुगंध फवारले गेले असतील. कुठले समारंभ, मेजवान्या, मैफली या सुगंधांनी दरवळून गेल्या असतील. कुठल्या नाजुक, कोमल, उदास आठवणी अजूनही या बाटल्यांभोवती घोटाळत असतील. बाटल्यांचे आकार तरी किती विविध प्रकारचे होते. उंच निमुळत्या, गोल बसक्या, त्रिकोणी आणि षट्‌कोनी, पैलूदार तशाच नितळ. एकेकाळच्या खाजगी बाटल्या, कुणीतरी जिवापाड जपलेल्या अन् जिवाभावाच्या माणसाला दिलेल्या, आता बिचाऱ्या भर बाजारात उघड्यावर येऊन पडल्या होत्या. काचेच्या वस्तूंची मला खूप आवड आहे. पण त्या बेवारशी बाटल्यांना हात लावावासा वाटेना. त्यांच्याकडे बघताना मन खिन्न झाले. त्या बाटल्यांच्या जोडीलाच इतरही किती सुरेख काचसामान तिथे होते. इराणमधले देखावे चित्रित केलेली एखादी बशी, उंच कळीदार आकाराचा गर्द हिरव्या रंगाचा एक पेला, शिंपल्याच्या आकाराचे एक चिमुकले तबक, दाढीवाल्या चिनी माणसाचे चित्र रेखाटलेल्या मातकट रंगाचा एक अतिशय सुबक असा काचेचा सट आणि अशाच इतर कितीतरी चिजा तिथे अस्ताव्यस्त विखुरल्या होत्या. एका रुंद फुलदाणीवर साबुदाण्यासारखी नक्षी होती आणि त्यावर हिरव्या पांढऱ्या रंगाचे नुसते ओघळ सोडून त्यातून सुंदर पानाफुलांचे चित्र निर्माण केले होते. पण इतकी साजरी वस्तू अखंड नव्हती. एका बाजूने तिला तडा गेला होता. मी कितीतरी वेळ त्या फुलदाणीकडे नुसती बघतच राहिले. तिच्यावरून नजर हलवावीशी वाटेना. सतीश मला म्हणाला, "बाई, इथेच किती वेळ थांबणार? पुढे चला ना, अजून आपल्याला खूप गमती गमती बघायच्या आहेत."

मी पुढे चालू लागले. एखाद्या दुकानात नुसते फर्निचर भरलेले दिसे.

पारशी लोकांच्या घरीच कदाचित बघायला मिळतील अशी सुरेख कपाटे, अलमाऱ्या, छोटी टेबले, टीपॉय अशा सलग वस्तूंबरोबर पलंगाचा एकच नक्षीदार पाय, एखाद्या मोडक्या खुर्चीची नुसतीच मखमलीने मढवलेली पाठ, एखाद्या कपाटाचा मोडका सांगाडा अशा चिजाही तिथे होत्या; त्याच्या पुढच्या दुकानात सारे लोखंडी सामान भरलेले दिसले. एका माणसाला कवेत धरून उचलता येणार नाही असा अजस्र लोखंडी साखळीपासून तो नखभर चिमुकल्या खिळ्यापर्यंत हजार प्रकारच्या लोखंडी वस्तू तिथे दिसल्या. लोखंडाच्या जोडीला पोलादी सामानाची दुकानेही होती. दुकानदाराच्या पुढ्यात चाकूचेच एक शंभर नमुने असतील. शिंगाच्या मुठीचे, रुंद पात्याचे, निळसर रंगाने चमकणारे हिंस्र सुरे तिथे होते, तशाच लोणी देखील नाजुकपणे कापतील अशा मायाळू सुऱ्याही तिथे दिसल्या. चिमुकले दुहेरी पात्यांचे चाकू, नेलकटर्स, छोट्या कात्र्या आणि मोठ्या कात्र्या इथपासून तो विविध आकाराच्या सुयांपर्यंत अनंत रूपांनी पोलाद तिथे नटलेले होते.

पण चाकूकात्र्यांसारख्या वस्तूंत मला फारशी गोडी नव्हती. म्हणून मी जवळच्या पितळी सामानाच्या दुकानाकडे वळले. अहाहा! त्या वस्तू बघताना मन एकदम मधली अनेक वर्षे ओलांडून भूतकाळात शिरले. स्टेनलेस स्टीलने आपल्या जीवनावर जेव्हा आक्रमण केले नव्हते त्या काळातल्या अनेक ओळखीच्या वस्तू मला तिथे भेटल्या. पितळेच्या नाजूक परड्या रिकाम्या पडल्या होत्या. पण मला त्यांत कण्हेरी, तगर, प्राजक्ताची फुले भरलेली दिसू लागली. पितळी कोयऱ्या उघडून बघताना हळदकुंकवाचा ओळखीचा वास नाकात शिरला. उंच देखण्या पितळी समयांतून अचानक ज्योती तेवू लागल्या, वळवळत्या नागाने उचललेल्या मस्तकावरच पाच पाकळ्या उमलवलेली एक सुरेख समई तर मला फारच आवडली. कापूर जाळण्यासाठी बनवलेल्या चिमुकल्या कापूरदाण्या, गंधाळी, छोट्या मोठ्या घंटा, निरांजने, पितळेची किंवा तांब्यांची संपुष्टे-अशा वस्तू एकमेकींच्या आधाराने तिथे गुण्यागोविंदाने बसल्या होत्या. नुसती उदबत्त्यांची घरे तर पाचपन्नास असतील. त्या वस्तू पाहताना मन एकदम माझ्या माहेरच्या देवघरात जाऊन पोहोचले. कापूर उदबत्त्यांचा, फुलांचा, गंधाचा वास नाकाभोवती दरवळू लागला. इतकेच नाही तर वृद्ध कापऱ्या आवाजात आजी म्हणे त्या जुन्या गाण्याच्या ओळीही कानांभोवती रुंजी घालू लागल्या, 'पंढरपूर परगणा । सोन्याच्या वेशीला बाई मोत्याचा पाळणा!'

देवघरातल्या या वस्तूंच्या जोडीला ब्राह्मणी घरात दिसून येणारी पितळेची तबके, सुबक आकाराचे चंबू, लोट्या, तीर्थोटल्या, पळ्या आणि पंचपात्रे या वस्तूही तिथे विपुल होत्या. तांब्याचे जड गडवे आणि त्यावर तिरपी बसलेली

फुलपात्रे होती. तांबे आणि पितळ यांच्या पट्ट्या एकमेकांशेजारी जडवून केलेला एक गडवा तर इतका सुंदर दिसत होता. मी तो उचलून पाहिला आणि दचकले. आजच्या काळातल्या चार गडव्यांच्या वजनाइतके त्या एका गडव्याचे वजन असेल. मी भीत भीत दुकानदाराला किंमत विचारली. तो म्हणाला, ''पचास रुपिया पडेगा.'' पन्नास रुपये. मी गडवा मुकाट्याने खाली ठेवून दिला.

इतका वेळ माझी नजर या वस्तूंवरच खिळून राहिली होती. पण आता मी आजूबाजूला पाहू लागले. जरा पलीकडे तऱ्हेतऱ्हेचे देव ठेवले होते. कटीवरी हात विटेवरी उभा असा 'पंढरीचा देव सावळा' तिथे होता. तशी कुर्‍याने एकटी उभी राहिलेली रखुमाईही होती. तांब्यापितळेचे अनेक लहानमोठे टाक तिथे विखुरलेले होते. मी देशावरची, त्यामुळे खंडोबा, म्हाळसा, मारुती असे देव मला चटकन ओळखता आले. पण माझ्या पाहण्यात कधी न आलेल्या देवांचे टाकही तिथे खूप होते आणि तऱ्हेतऱ्हेचे, अतिशय देखणे, गोजिरवाणे बाळकृष्ण तिथे रांगेने ठेवले होते. त्यातला पुढले दोन्ही हात जमिनीवर टेकून उत्सुकतेने वर बघणारा एक रांगता बाळकृष्ण तर इतका गोड होता. 'तळवे तळहात टेकतु । डाव्या गुडघ्याने रांगतु । तो म्या रंगनाथु । अंगणी देखिला सये' हा नामदेवांचा अभंग मला आठवला. मला तो बाळकृष्ण घेण्याची फार इच्छा झाली. काय वाटेल ती किंमत देऊन तो बाळकृष्ण घ्यायचा असे मी ठरवले. इतक्यात एक विचित्र विचार मनात आला. कुणाच्या घरचे, कुणाच्या देव्हाऱ्यातले हे देव असतील? कुठल्या प्रसंगाने बिचाऱ्या मालकाने हे देव विकायला काढले असतील? घरावर काही आपत्ती कोसळली असेल? मालक देशोधडी लागला असेल? की घराण्याचाच निर्वंश झाला असेल? मला जास्त विचार करवेना आणि तो बाळकृष्णही खरेदी करवेना. मनाच्या तळातून अशुभ, अभद्र शंकांचे मोहोळ घोंघावत उठले. त्या गोड बाळकृष्णाची मनोमन क्षमा मागून, त्याचा निरोप घेऊन मी पुढे सरकले.

चार वाजून गेले होते. बाजार ऐन भरात आला होता. माणसांची गर्दी वाढत चालली होती. त्यातच कपबश्यांचे मिनार हातावर सावरीत हॉटेलमधील बाहेरवाली पोरे इकडून तिकडे जात होती. माझा घसा सुकला होता. पण त्या कळकट चहाच्या दर्शनानेच पोटातून ढवळून आले. एवढ्या गर्दीत एक हातगाडीवाला रंगीत सरबते विकीत उभा होता तर दुसऱ्याने हातगाडीवर चक्क फोडलेला फणस ठेवून गऱ्यांची विक्री सुरू केली होती. पिक्या फणसाच्या कुंद वासाने डोके फिरून गेले. मी लगबगीने पुढे सरकले आणि इतर दुकानांसमोरून हिंडू लागले. दुकानदारांसमोरच्या वस्तूंत काय होते विचारण्यापेक्षा काय नव्हते हे विचारणे जास्त सोयीचे ठरेल. एका जडीबुट्टीवाल्या हकीमासमोर तऱ्हेतऱ्हेचे शंख होते. रुद्राक्षांच्या माळा होत्या. पाचपन्नास

आकारप्रकारांच्या मुळ्या होत्या. तावीज होते. दात विचकलेली कवटी होती आणि विचकलेल्या तोंडाचे कोल्ह्याचे नुसते मस्तकही होते. पोवळ्यांच्या माळा होत्या. रंगीबेरंगी खडे होते. आणि दवा भरून ठेवलेल्या लहानमोठ्या बाटल्या तर असंख्य होत्या. "दवाई लेलो, अक्सीर इलाज देखो!" अशी वाक्ये तो इतक्या वेगाने आणि सफाईने बोलत होता की त्याच्या तोंडात लहानसा ट्रॅन्झिस्टर चालू ठेवलेला असावा अशी मला शंका आली.

त्याच्याच शेजारी एक अगदी तरुण, कमालीचा देखणा पोऱ्या समोर प्लास्टिकच्या फडक्यावर सामान मांडून बसला होता. त्याच्याजवळ परदेशी कॅमेरे होते. ट्रॅन्झिस्टर होते. मूल्यवान सेंट्सच्या भरलेल्या बाटल्या होत्या. जपानी स्वस्त आणि सुबक वस्तू तर अनेक होत्या. फाउंटनपेने होती, जीनतानच्या गोळ्या होत्या. चित्रविचित्र आकाराच्या लाकडी व धातूच्या पेट्या होत्या. या वस्तू जुनवट नव्हत्या. त्यांच्यावर नवेपणाची झिलई होती. चोरबाजारात त्या चिजा शोभत नव्हत्या. दुकानदारालाही आपल्या वस्तूंच्या वेगळेपणाची जाणीव होती. त्यांचा रास्त अहंकार होता. एक भाबडे गिऱ्हाईक एका फाउंटनपेटच्या किंमतीबद्दल वाद घालू लागले तेव्हा तो तरुण पोरगा उद्धटपणे त्याला म्हणाला, "भाईजी, चाहे तो चीज खरीद लो नहीं तो आगे जाईये। मेरा टाईम खराब मत करो। चट मंगनी पट ब्याह ये यहाँ का कानून है!" त्याची बोलण्याची ऐट, रुबाब, उलटे वळवलेले केस मी बघतच राहिले. हिंदी चित्रपटसृष्टी सोडून हा हिरो इकडे चोरबाजारात कुठे वाट चुकला ते मला कळेना.

आता मी भराभर दुकाने मागे टाकू लागले. काही दुकानांत नुसते रेडिओ व ट्रॅन्झिस्टर भरलेले होते. जुन्या जुन्या चित्रपटांतल्या कितीतरी रेकॉर्डस तिथे होत्या. आणि या साऱ्या आधुनिक पसाऱ्यात विशोभित दिसणारे कर्ण्याचे जुने ग्रामोफोन उदासवाणी कळा पांघरून अंग चोरून बसले होते. एका दुकानात साड्यांच्या काठाला लावण्याच्या भरजरी लेसेस होत्या. बनारसी शालूचे काठ होते. आणि लहान मुलांचे कपडेही होते. एका ठिकाणी नुसत्या वॉशबेसिन्सचा ढिगारा पडला होता. एका दुकानदारापाशी मण्यांच्या माळा, बांगड्या, कर्णभूषणे आणि रंगीबेरंगी खडे होते. आजकाल दुर्मिळ झालेल्या राजवर्खी खड्यांचे विविध आकार कापून ठेवलेले होते. वाटल्यास कर्णभूषणे करावी. वाटल्यास अंगठीत बसवावे. वाटल्यास लॉकेट करून गळ्यात घालावे. पण त्या सर्व पसाऱ्यात एका गोष्टीने माझे लक्ष वेधून घेतले. हिरव्या रंगाच्या चिनी दगडाचा-जेडचा-एक अतिशय देखणा गणपती होता तो. रुंद कान, बारीक डोळे, लंबोदरावर वळलेली सोंड, मांडीची बैठक सारे कसे जिथल्या तिथे होते. तो सुबक रेखीव गणपती पाहताना भान हरपले. मी दुकानदाराला किंमत विचारली. तो म्हणाला, "सिर्फ पावनासो

रुपिया.'' पाऊणशे रुपये. मी त्या मूर्तीकडे पुन्हा बघू लागले. तीन साडेतीन इंच
उंचीची मूर्ती होती. असेलही पाऊणशे रुपये किंमत. या मूर्ती महाग असतात हे
मला ठाऊक होते. मी मुकाट्याने पुढे चालू लागले. सतीश हळूच मला म्हणाला,
''बाई, जरा घासाघीस करायची होती.'' ''घासाघीस?'' मी आश्चर्याने विचारले,
''म्हणजे काय झालं असतं?'' ''तो आला असता पंचवीस तीस रुपयांपर्यंत
खाली.'' ''चल!'' मी म्हटले, ''पंचाहत्तरचे पंचवीस कसे करील तो? खुळ्यासारखं
बोलू नकोस काहीतरी.'' ''न करायला काय झालं बाई?'' सतीश हसून म्हणाला,
''चोरबाजार आहे हा. इथं कुठलीही चीज केवढ्याही कमी किंमतीत मागता येते.''
सतीशने सांगितले पण मला धीर होईना. दुकानदार फटदिशी काही बोलला तर?
मी आपली पुढे निघाले.

आणि अचानक काय झाले कुणास ठाऊक. सतीश हरवला. किंवा मी
हरवले म्हणा पाहिजे तर. थोडक्यात सांगायचे तर त्याची माझी चुकामूक झाली.
मी कावरीबावरी होऊन इकडे तिकडे पाहू लागले. हा मुलगा आता इथे होता
अन् एवढ्यात गेला कुठे? मला त्याचा फार राग आला. त्याबरोबर आतून खूप
भीतीही वाटली. तो जर सापडला नाही तर? या चक्रव्यूहातून बाहेर कसे पडायचे?
भोवतालचा एकूण एक चेहरा अनोळखी. परका. मला भयंकर असुरक्षित वाटू
लागले. मुंबईत इतर कुठल्याही जागी, कुठल्याही अनोळखी रस्त्यावर हा अनुभव
मला आला नव्हता. मग इथेच इतकी भीती का वाटावी कळेना. पण भीती वाटली
खरी. मी जिथल्या तिथेच उभी राहिले. डोळ्यांत जीव आणून सतीशला शोधू
लागले. पण त्याचा कुठे पत्ता नाही. अशी पाच एक मिनिटे गेली असतील. पण
तेवढा वेळही मला किती दीर्घ वाटला. मनातल्या मनात मी देता येतील तेवढ्या
शिव्या सतीशला देऊन घेतल्या. आणि...अचानक तो मला समोर दिसला. तोंडभर
हसू आणि हातात पाचसहा रंगीबेरंगी चित्रांची कार्डे. ''अरे होतास कुठे तू?'' मी
चिडून विचारले. ''हा काय त्या पलीकडच्या दुकानदारासमोर तर उभा होतो.
घाबरायचं कशाला बाई?'' सतीश म्हणाला, ''माझं तिथून तुमच्यावर लक्ष होतं.''
''बरं बरं! समजलं शहाणपण!'' मी म्हणाले, ''पुरे झाला चोरबाजार. चल आता
घरी जाऊ या.'' ''हे काय, आपण निघालोच आहोत की आता इथून. हा मोठा रस्ता
लागला बघा!'' सतीश म्हणाला.

खरेच, आम्ही दोन पावले टाकली असतील नसतील तो गल्ली संपली
आणि आम्ही एकदम मोठ्या रस्त्यावर आलो आहोत असे मला दिसले. हा
चमत्कार कसा घडला ते मला कळेना. चोरबाजाराची रंगीबेरंगी मोहमयी अद्भुत
दुनिया क्षणार्धात दृष्टीआड झाली होती आणि माझे ओळखीचे, सुरक्षित, सभ्य
जग माझ्याभोवती पुन्हा उभे राहिले होते.

सतीशने हात करून टॅक्सी थांबवली. टॅक्सीत बसल्यावर मी म्हणाले, ''कसली एवढी खरेदी केलीस?'' ''मांजराची चित्रं विकत घेतली तुमच्यासाठी'' सतीश म्हणाला, आणि त्याने ती रंगीत कार्डे माझ्या हातात दिली. ''संपला चोरबाजार'' मी म्हटले, ''हिंडता हिंडता पाय दुखायला लागले.'' ''चोरबाजार संपला नाही बाई'' सतीश हसत म्हणाला, ''खरं म्हणजे आता इथूनच चोरबाजार सुरू झालाय.''

टॅक्सी महंमदअली रोडवरून घराच्या दिशेने धावत होती.

■

वर्कोहोलिक

नवे नवे, अर्थपूर्ण शब्द काढण्यात आणि इंग्रजी भाषेत त्यांची भर घालण्यात अमेरिकन लोक विलक्षण पटाईत आहेत. 'मोटेल' म्हणजे आपल्या मोटारीसह जिथे रात्रभर मुक्काम करता येईल असे हॉटेल, 'पेट्रोडॉलर' म्हणजे मध्यपूर्वेतील तेलखाणीवाल्या राष्ट्रांनी पेट्रोलवर मिळवलेले डॉलर, 'लिमूसीन' म्हणजे भाड्याने गुंतवता येईल अशी टॅक्सी, 'टर्न पाईक' म्हणजे विशिष्ट प्रकारचा रस्ता, 'डाऊन-टाऊन' म्हणजे कचेऱ्याकारखान्यांनी भरलेला शहराचा व्यवसायमग्न भाग- असे कितीतरी शब्द या अमेरिकन टांकसाळीतून बाहेर पडले आहेत आणि खास अमेरिकन जीवनपद्धतीचा शिक्का घेऊन ते इंग्रजी भाषेत वावरत आहेत. असाच निखळ अमेरिकन बनावटीचा एक वैशिष्ट्यपूर्ण शब्द नुकताच माझ्या वाचनात आला – वर्कोहोलिक!

हा शब्द प्रथम मी वाचला तेव्हा तो कोणत्या इंग्रजी शब्दावरून सुचला असावा हे चटकन माझ्या ध्यानात आले. 'अल्कोहोलिक' हा शब्द एव्हाना आपणा सर्वांच्या ओळखीचा झाला आहे. अल्कोहोलचे-म्हणजेच दारूचे व्यसन ज्याला लागले आहे त्याला 'अल्कोहोलिक' असे म्हणतात. गंमतीने चार माणसांत बसल्यावर बैठकीला रंग भरावा म्हणून, किंवा एखाद्या दिवशी झालेला पराकाष्ठेचा शारीरिक अथवा मानसिक शीण विसरता यावा म्हणून, कधीमधी मद्य घेणे निराळे; आणि दैनंदिन जीवन जगताना सततच मद्याची गरज भासणे निराळे. पहिल्या प्रकारात मद्य हे अवचित भेटून सुखावणाऱ्या जिवलग, प्रसन्न व्यक्तिमत्त्वाच्या स्नेह्यासारखे आनंददायक असते. तर दुसऱ्या प्रकारात ते सिंदबादच्या मानेवर बसलेल्या त्या सुप्रसिद्ध कुबड्या म्हाताऱ्यासारखे पिणाऱ्याच्या मानगुटीवरच बसते. आपल्या लुकड्या पायांची मगरमिठी त्याच्या शरीराभोवती गच्च आवळते.

त्याला जरासुद्धा इकडेतिकडे हलू देत नाही. मद्याच्या संपूर्णपणे आहारी गेलेला असा तो हतभागी माणूस असतो त्याला 'अल्कोहोलिक' म्हणतात. अशा वेळी मद्य ही शरीरापेक्षाही मनाचीच गरज होऊन बसते. मग अशा प्रकारच्या 'केसेस'चा मनोरुग्ण म्हणून विचार केला जातो. या मनोरुग्णांना मदिरेच्या तावडीतून सोडविण्यासाठी 'अल्कोहोलिक्स अनॉनिमस' सारख्या संस्था पाश्चात्त्य देशांत स्थापन झाल्या आहेत आणि सर्वनाशाच्या कडेलोटाच्या टोकाशी उभ्या राहिलेल्या माणसांनाही व्यसनमुक्त करण्यात त्यांना यश लाभत आहे. हे सारे मी आधी वाचलेले होते. त्यामुळे 'वर्कोहोलिक' शब्दाभोवती असलेल्या विशिष्ट अर्थच्छटा माझ्या मनावर एकदम ठसल्या. आणि इतका सुंदर, समर्पक शब्द बनवणाऱ्या अमेरिकन माणसांचे कौतुक करावेसे वाटले.

मद्याच्या आहारी गेलेला माणूस जसा 'अल्कोहोलिक' तसा कामाच्या आहारी गेलेला माणूस 'वर्कोहोलिक'. इथे काम शब्दाचा अर्थ नेहमी आपल्या मनात आधी येतो तो घ्यायचा नाही. 'काम' म्हणजे स्त्री-पुरुष संदर्भातली लैंगिक वासना नव्हे, तर अगदी रोखठोक काम – कष्ट करणे, राबणे, सतत काही ना काही उद्योग करण्यात गढून जाणे इत्यादी. 'अल्कोहोलिक' हा जसा मनोरुग्ण तसा 'वर्कोहोलिक' हा देखील एक मनोरुग्णच!

आळस हा आपल्या देशातील अनेक लोकांचा जन्मजात स्थायीभाव आहे. त्यामुळे काम करणे हेच ज्यांचे व्यसन होऊन बसते अशा 'वर्कोहोलिक' माणसाची आपण एकदम कल्पनाही करू शकत नाही. पोटासाठी ज्यांना मरेमरे्तो काबाडकष्ट उपसावे लागतात अशा दरिद्री भुकेकंगाल लोकांचा एक वर्ग आणि सात पिढ्या बसून खाता येईल इतकी अपरंपार संपत्ती बापजाद्यांनी कमावून ठेवल्यामुळे ज्यांना काडीचेही काम करण्याची गरज भासत नाही अशा ऐतखाऊ श्रीमंताचा एक वर्ग–आपल्याला हे दोनच वर्ग ठाऊक आहेत. पण अमेरिकेसारख्या धनंतर राष्ट्रांत निर्माण झालेले 'वर्कोहोलिक' ही एक आणखी वेगळीच जात आहे. तिथे अनेक लोकांच्या बाबतीत काम करणे ही आर्थिक नव्हे तर मानसिक गरज होऊन बसली आहे. अमेरिकेत सारे जीवनच आज यंत्राधिष्ठित झाले आहे. माणसांनी करावयाची कामे जास्तीतजास्त वेगाने यंत्रे करीत असतात. 'वेग' हा तर अमेरिकन जीवनाचा परवल आहे. आपण रोज घरप्रपंचातली जी अनेक कामे हाताने करतो ती अमेरिकेत यंत्रेच चुटकीसरशी उरकून टाकतात आणि या यंत्रांची गती, त्यांची कामे निपटून टाकण्याची शक्ती प्रत्यही राक्षसी वेगाने वाढत आहे. त्यामुळे बराच वेळ शिल्लक राहतो. मग या रिकाम्या वेळाचे काय करायचे असा प्रश्न माणसांपुढे 'आ' वासून उभा ठाकतो. एक भयाण रितेपण सामोरे येते. हे रितेपण भरून काढण्यासाठी मग माणसे धडपडू लागतात. त्यासाठी

नाना उपाय शोधून काढतात. या उपायांचीही अमेरिकेत वानवा नाही. त्यासाठी म्युझियम्स आहेत. अम्यूजमेंट पार्कस् आहेत. ग्रंथालये आहेत. चित्रपट, नाटके, क्रीडास्पर्धा आहेत. टी व्ही तर घरोघर आहेत आणि ते सारा दिवसभर घरबसल्या माणसांना करमणूक, एक्साइटमेंट पुरवीत आहेत. विविध ज्ञानाचा रतीब त्यांच्या पुढ्यात आणून ओतीत आहेत. मद्य आणि त्यापेक्षाही भडक, रोमांचकारक अशा 'कॅबेरे' सारख्या रंजक करमणुकी तर आहेतच आहेत. पण या साऱ्यांत आकंठ बुडूनही एखादा तरल, संवेदनाक्षम वृत्तीचा माणूस रिताच राहतो. फावला वेळ त्याला खायला उठतो. मग तो हे रितेपण कामाने भरून काढतो. काम. कामापेक्षा काम. त्याहून मोठे, गुंतवणारे, वेळ भरून टाकणारे कामच काम. हा जो माणूस आहे तो 'वर्कोहोलिक.'

कुणीतरी गंमतीने म्हटले आहे की विचार करण्याची जबाबदारी टाळण्यासाठी माणसाने कामाचा शोध लावला. हे विधान निव्वळ विनोदी नाही. त्यात सत्याचा अंश आहे. बहुतेक 'वर्कोहोलिक' विचारांना घाबरतात. त्यांच्या जीवनातल्या समस्या विचार करूनही सुटणार नाहीत अशा बिकट, गुंतागुंतीच्या झालेल्या असतात. रिकामे बसले तर या समस्या आपल्यावर तुटून पडतील, आपल्याकडून उत्तरे मागतील अशी त्यांना भीती वाटते. मग ते स्वत:ला कामात आकंठ बुडवून घेतात. कुणाच्या तरी वाट्याला वैफल्य आलेले असते. ते प्रेमातले असेल, ध्येयातले असेल, किंवा एखाद्या कलेतले असेल. या वैफल्याची बोच जाणवू नये म्हणून तो माणूस कामाचा डोंगर उभा करतो आणि त्याच्या आड जाऊन संरक्षण शोधतो. कुणाच्या तरी हातून एखादा महान अपराध, एखादे लाजिरवाणे पाप घडलेले असते. त्याला तोंड द्यावे लागू नये म्हणून तो कामाचेच चिलखत मनाभोवती चढवतो. कुणाला स्वत:चाच सहवास सहन होत नाही. म्हणून तो कामामागून कामे उभी करतो आणि त्यात स्वत:ला विसरून जातो. हे सारे लोक 'वर्कोहोलिक' म्हटले पाहिजेत. मद्यप्याला जशी मदिरा तसे यांना काम हवे असते. हे मनोरुग्णच.

पैशासाठी, मानासाठी, प्रतिष्ठेसाठी काम करणारे महत्त्वाकांक्षी लोक अर्थात वेगळे. त्यांना 'वर्कोहोलिक' म्हणता येणार नाही. अशा अनिवार महत्त्वाकांक्षी लोकांची संख्या परदेशात खूपच आहे. व्यवसायाच्या विविध क्षेत्रांत हे प्रचंड उद्योगपती सर्वत्र आढळतात. त्यांच्या कामामागे निश्चित विचार, योजना, सुसूत्रता असते. निर्दय आणि कठोर अशी महत्त्वाकांक्षा असते. आपल्या मार्गात कुणी आडवा आला तर त्याला जागच्याजागी चिरडून टाकण्याइतकी निर्घृणताही असते. पण 'वर्कोहोलिक' लोक असे नसतात. त्यांच्या कामामध्ये इतके पूर्वनियोजन, इतकी तर्कशुद्ध सुसूत्रता आढळेलच असे नाही. त्यांना फक्त आपला रिकामा

वेळ भरून काढायचा असतो. स्वत:पासून दूर पळायचे असते.

माझ्या लहानपणी मी पाहिलेल्या एक बाई मला आठवतात. स्वच्छतेची त्यांना भयंकर आवड होती. अगदी विकृती म्हणावी इतकी आवड होती. त्यांचे घर आरशासारखे लखलखीत असायचे. कपडे, भांडीकुंडी, प्रत्येक वस्तू अगदी लख्ख. आणि हे सारे लख्ख ठेवण्यासाठी त्यांच्या जिवाचा नुसता आटापिटा चाललेला असायचा. बघावे तेव्हा त्या कामात असत. भिंती झाडून घे, फडताळे लाव, तांब्यापितळेची भांडी चिंचमीठ लावून घास, कपडे धू- हे आपले सतत चाललेले. वाड्यातल्या बायका स्वच्छतेच्या या वेडाबद्दल त्या बाईंची कुचेष्टा करीत. त्यांच्यामागे त्यांच्याविषयी वाईट साईट बोलत. एकदा मी त्यांना म्हटले, ''काकू, तुमचं घर इतकं छान स्वच्छ असतं. मग पुन: पुन्हा कशाला हो सारं घासतपुसत बसता?'' माझा प्रश्न ऐकून त्या बाईंनी क्षणभर माझ्याकडे विलक्षण नजरेने पाहिले आणि मग एक हलकासा उसासा टाकून त्या मला म्हणाल्या, ''अगं तूच पाहा. घरात पोर ना बाळ. पसारा कोण करणार अन् केरकचरा तरी कोण करणार? मग आपलं आपणच पुन: पुन्हा सारं जागेवरून काढायचं अन् पुन: पुन्हा नीटनेटकं लावायचं. वेळ बरा जातो. जिवाची तेवढीच करमणूक होते!''

अमेरिकेसारख्या देशात 'वर्कोहोलिक' लोकांची संख्या वाढत आहे. याचे कारण त्या त्या व्यक्तीच्या वैयक्तिक जीवनात जसे सापडेल तसेच ते त्यांच्या सामाजिक जीवनपद्धतीतही सापडण्याची शक्यता आहे. विपुल पैसा, भरपूर सुखसोयी, विलासांची विविध साधने. त्यामुळे या देशातली माणसे बहिर्मुख होत असावीत. पुढचा क्षण पहिल्यापेक्षा अधिक उत्कट, अधिक रंगदार, अधिक रोमांचकारक कसा होईल याची त्यांना सारखी ओढ लागत असावी. सर्वांत विशेष म्हणजे सतत काहीतरी करीत राहिलेच पाहिजे असा त्यांच्या देहामनाला सराव झालेला असावा. त्यामुळे काही न करता केवळ निवांत बसण्यात, स्वत: स्वत:मध्ये बुडून जाण्यात एक आगळे समाधान असते याचा त्यांना विसर पडला असावा. मन शांत होण्यासाठी या लोकांना ट्रँक्विलायझर घ्यावे लागते, ही गोष्ट सूचक आहे. मानसशास्त्रज्ञांच्या मते शरीर व मन यांचा निकट संबंध आहे. शरीराच्या हालचाली सक्तीने बंद ठेवल्या तर काही वेळाने मनही आपोआप शांत होते. स्थिर पाण्यातले गदळ तळाशी जाऊन बसते त्याप्रमाणे मन निवांत, निर्मळ होते. म्हणून शरीर काबूत आणणे, त्याच्या हालचाली थांबवणे ही पहिली महत्त्वाची गोष्ट आहे.

काही देशांतल्या लोकांना शरीरमनातल्या या संगतीची जाणीव असावी असे दिसते. त्यासाठी त्यांचे काही कर्मकांड असते. काही 'रिच्युअल्स' असतात. जपानी लोकांचा 'टी सेरिमनी' हे असेच एक रिच्युअल. जपान्यांचा हा चहापानसमारंभ

संथ, गंभीर, सुंदर असतो. चहा कपात ओतण्यापासून तो घोटाघोटाने पिण्यापर्यंत प्रत्येक क्रियेला एखाद्या धर्मविधीचे पावित्र्य तिथे लाभलेले असते. मनाचे चांचल्य नाहीसे करून त्याला स्थिर करण्याचा हा एक रम्य प्रकार आहे. आपल्याकडेही जप, तप, ध्यान, धारणा यांसारखे काही प्रकार मन:शांतीसाठी सांगितले आहेत. पण काही न करता माणसाने रिकामे बसून राहाणे हे एकूण आपल्याला पाप वाटते. उद्योगाची महती बाळपणापासून आपल्या मनावर इतक्या जोरदारपणे ठसवलेली असते की निरुद्योगी बसणे म्हणजे स्वत:विरुद्ध आणि समाजाविरुद्ध गुन्हा करणे अशी आपली ठाम समजूत झाली आहे. एखाद्याला हा गुन्हा करावासा वाटला तर तो लगेच आळशी ठरतो. उद्योग आणि आळस यांच्या व्यतिरिक्त निवांत अशी पण आणखी एक अवस्था असू शकते याचा आपल्याला विसर पडला आहे. असे निवांत बसायचेच असेल तर निदान चिंतन करावे, मनन करावे, देवाचे स्मरण करावे – पण काहीतरी करावे. शारीरिक नाही तर निदान मानसिक पातळीवर तरी क्रियाशील राहावे अशी आपली धारणा आहे. मन पूर्ण रिते, रिकामे करणे ही अवस्था आपण कल्पनेतही अनुभवू शकत नाही. त्यामुळे कदाचित खूप मोठ्या आनंदाला आपण पारखे झालेले असू आणि आता तर आपल्याकडे – निदान शहरांमधून – जीवन हळूहळू अधिकाधिक यंत्राधिष्ठित होऊ लागले आहे. पाश्चात्त्य जीवनपद्धती आपल्याकडेही येत आहे. असेच चालू राहिले तर काही दिवसांनी आपल्याकडे 'वर्कोहोलिक' माणसांची समस्या निर्माण झाल्यास आश्चर्य वाटायला नको. कुणी सांगावे, काही ठिकाणी ती निर्माण झालीही असेल.

विख्यात रहस्यकथालेखिका ॲगाथा क्रिस्टी हिने आपल्या आत्मचरित्रात एका चिनी चित्राचा उल्लेख केला आहे. या चित्रात एक म्हातारा माणूस एका झाडाखाली बसला आहे. त्याच्या हातात कसले तरी लाकडी कोडे म्हणा, खेळणे म्हणा– आहे. त्याच्याशी तो खेळतो आहे. चित्राचे शीर्षक आहे, 'निरुद्योगीपणाचा आनंद अनुभवणारा म्हातारा माणूस.' ॲगाथा क्रिस्टीने चित्राचे वर्णन करून पुढे म्हटले आहे. ''किती वर्षांपूर्वी मी ते चित्र पाहिले आहे, पण मला अद्यापही त्याचा विसर पडलेला नाही.'' साऱ्या 'वर्कोहोलिक' लोकांनी या चिनी म्हाताऱ्याचा आदर्श डोळ्यांपुढे ठेवण्याजोगा आहे. नाही का?

■

परेणी

अशी भल्या पहाटे ती माझ्या स्वप्नात आली.

सातआठ वर्षांचे वय. गोल चेहरा. सावळा रंग. दुलदुलीत गोंडस बांधा. मी तिला ओळखले नाही. पण ती माझ्याकडे बघून ओळखीचे हसली. मला ती एकदम आवडली. वाटले, हिच्या बाळसेदार अंगावर झग्याऐवजी परकरपोलके फार छान दिसेल. मी तिचा हात पकडून तिला जवळ ओढीत म्हटले, ''आपण तुला परकरपोलकं शिवू या? धारवाडी खणाचं?''

माझ्या हातातून हात सोडवून घेण्यासाठी धडपडत ती म्हणाली, ''अं हं. मला नको परकरपोलकं.''

तिचा हात न सोडता मी पुन्हा तिला म्हटले, ''परकरपोलकं नको? बरं. नको तर नको. पण मला तुझं नाव तर सांगशील?''

''माझं नाव परेणी.'' ती हसून म्हणाली.

''परेणी?'' मी नवलाने प्रश्न केला, ''परेणी म्हणजे काय गं?''

''परेणी म्हणजे परेणी.'' तिने उत्तर दिले.

''अगं पण या नावाचा अर्थ काय?'' मी पुन्हा विचारले.

आता ती माझ्याकडे पाहून आणखी हसू लागली. शहाण्या माणसाने अडाणी माणसाला हसावे तसे तिचे हसू होते. त्यात माझ्याबद्दल कीव होती. मग समजूत घातल्यासारखी ती मला म्हणाली, ''परेणी म्हणजे परेणी. नावाला कुठं कधी अर्थ असतो का?'' आणि हसत हसत, हिसका देऊन माझ्या हातातला हात सोडवून घेत ती तात्काळ पळून गेली.

इथे माझे स्वप्न संपले. मला एकदम जाग आली.

जाग आली पण ती छोटी मुलगी डोळ्यांपुढून हलेना. तिचे शब्द कानात

घुमतच राहिले. ''परेणी म्हणजे परेणी. नावाला कुठं कधी अर्थ असतो का?''

तिने असे म्हटले होते खरे, पण जागेपणी माझे मन त्या नावाशी चाळा करीत राहिले. त्याचा अर्थ लावण्याचा मी प्रयत्न करू लागले. खरेच. परेणी म्हणजे काय बरे? ते कुठल्या तरी दुसऱ्या शब्दाचे सोपे, संक्षिप्त रूप असेल का? परेणी. परिणीता? पण परिणीता म्हणजे विवाहित स्त्री. छोट्या मुलीला लग्नाआधी थोडेच कुणी 'परिणीता' म्हणेल? मग परेणी म्हणजे प्रणती की काय? 'प्रणती'चे 'परेणी' असे रूप होईल? कुणातरी उच्चारशास्त्रज्ञाला विचारले पाहिजे.

दुपारची भर उन्हाची वेळ. कॉलेजजवळच्या बसस्टॉपवर मी उभी होते. ऊन असे विलक्षण. ते भिंगासारखे तळपत, लकाकत होते. डोळ्यांना अंधेरी येत होती. मी एकदा या पायावर, एकदा त्या पायावर उभी राहून शरीराचा, मनाचा कंटाळा घालवू बघत होते.

इतक्यात समोरच्या रस्त्याने प्रेतयात्रा चाललेली दिसली. लोक अगदी थोडे होते. संथ, मरगळलेल्या पावलांनी ते खांद्यावरचे ओझे वाहत होते. प्रेतयात्रेपुढे चार माणसे टाळ वाजवीत चालली होती. दुपारच्या वेळी, त्या नि:स्तब्ध वातावरणात टाळांचा मंद खणखणाटही शिणल्यासारखा वाटत होता.

तिरडीवरच्या प्रेताकडे माझे लक्ष गेले. मला अचानक हसू फुटले. पण दुसऱ्या क्षणी मी ते आवरले. प्रेताकडे बघून असे हसावे का? पण मला हसू आले त्याला तसेच कारण होते. पन्नाशी ओलांडलेल्या, अंगभर खादीचे कपडे चढवलेल्या, फुलमाळांनी सजवलेल्या त्या कुणा बिचाऱ्याच्या मृतदेहाच्या डोळ्यांवर चष्मा होता. मला हसू आले होते ते त्या चष्म्याचे. डोळे कायमचे मिटल्यानंतर आता तो त्या चष्म्यातून काय बघणार होता? काय वाचणार होता?

पण डोळे मिटल्यानंतरच खरे वाचन आणि अवलोकन होत असेल. कुणी सांगावे. आपल्याला अनुभव थोडाच आहे?

एकदा मी बसमधून चालले होते. एकटीच. एका मोठ्या रस्त्याच्या कोपऱ्यावर बस वळली. तितक्यात रस्त्याच्या दुसऱ्या बाजूला, विरुद्ध दिशेने एक भली मोठी, आलिशान खाजगी गाडी आली. आणि रस्त्याच्या कडेला उभे असलेले एक अशक्त मरतुकडे कुत्रे तीरासारखे त्या गाडीसमोर धावत गेले.

मी कानांवर हात ठेवले. डोळे मिटले. पुन्हा उघडले. तेवढ्यात बस कोपऱ्यावर वळून पुढे आली होती. त्यामुळे गाडीपुढे धाव घेतलेल्या कुत्र्याचे काय झाले ते मला कळले नाही. पण मनात इतके अनावर कुतूहल होते. एकदा वाटले, पुढच्या स्टॉपवर उतरावे आणि पुन्हा चालत चालत मागे, त्या कोपऱ्यापर्यंत जावे. कुत्र्याचे काय झाले ते बघावे. पण मला धीर झाला नाही. मी खिळल्यासारखी

जागेवर बसून राहिले. आणि माझा स्टॉप आल्यानंतर निमूटपणे खाली उतरले. पण दिवसभर ते गाडीपुढे धाव घेणारे कुत्रे माझ्या डोळ्यांसमोर येत होते. कुत्रे सरळ गाडीपुढे कसे धावत गेले? त्याला आत्महत्या करायची होती का? माणसे आत्महत्या करतात. त्यांचे तरी मानसशास्त्र कुणाला ठाऊक आहे? माणसांप्रमाणे पशू किंवा पक्षी आत्महत्या करीत असतील का? जगणे त्यांना कधीच असह्य होत नसेल? आणि तसे झाले तर एकदाचे सारे संपवून टाकावे असे त्यांना वाटत नसेल?

त्या कुत्र्याला आत्महत्याच करायची असावी. पण ते मेले असेल का? की ऐन वेळी मरणाला घाबरून, शेपूट घालून, किंचाळत, थरथरत ते बाजूला सरकले असेल? आणि नंतर त्याचे काय झाले असेल? जीव बचावल्याचा त्याला आनंद वाटत असेल? की ऐन वेळी बाजूला सरकल्याबद्दल ते पस्तावा करीत असेल?

ते कुत्रे पुन्हा भेटणे शक्य नाही. आणि भेटले तरी त्याचे मन समजून घेणे मला मुळीच जमणार नाही.

आता आणखी एकच गोष्ट सांगते. कॉलेजमध्ये प्रिलिमिनरी परीक्षा चालू होती. मी सुपरवायझर म्हणून काम करीत होते. माझ्या जोडीला दुसरी एक प्राध्यापिका होती. माझ्यापेक्षा वयाने बरीच लहान. नव्याने नोकरीला लागलेली. कॉलेजचे, परीक्षेचे सारे नियम आस्थापूर्वक पाळणारी.

पेपर सुरू होऊन अर्धा तास होऊन गेला होता. आणि एक मुलगा धापा टाकीत हॉलच्या दाराशी येऊन उभा राहिला. तो भेदरलेला होता. अर्धा तास उलटून गेल्यावर परीक्षेला बसू देत नाहीत हे त्याला माहीत होते. तरीही त्याने भीत भीत विचारले,

''बाई, मला पेपरला बसू द्या. उरलेल्या वेळात मी पेपर लिहितो...''

''अर्धा तास होऊन गेला. आता तुला पेपरला कसं बसता येईल? इतका उशीर का केलास?'' मी त्याला विचारले.

''घरी आई आजारी आहे. डॉक्टर येणार होते. मला थांबावं लागलं. नेहमीची ट्रेन चुकली...'' तो मुलगा गयावया करीत हलकेच सांगत होता. त्याची उत्तरे अशी होती की ती अगदी खरी असतील... किंवा अगदी खोटीही असतील. माझ्याबरोबर काम करणाऱ्या तरुण प्राध्यापिकेकडे मी बघितले. तिच्या चेहऱ्यावर, डोळ्यांत कर्तव्यदक्षता काठोकाठ भरली होती. हळूच पण कठोर स्वरात ती म्हणाली, ''नियमाप्रमाणे याला परीक्षेला बसू देता येणार नाही.'' आणि शेवटचा निर्णय दिल्याप्रमाणे तिचा चेहरा मिटला.

मला हसू आले. नको त्या वेळी असेच हसू येते. ती परीक्षा, ते नियम,

त्यांचे काटेकोर पालन–सगळेच मला निदान त्या क्षणी तरी फार हास्यास्पद वाटले. मनात आले, या मुलाला परीक्षेला बसू दिले तर असे काय मोठे आभाळ कोसळणार आहे? नापास व्हायचा असेल तर पेपर देऊनही तो नापास होणारच. त्याच्या सबबी अगदी खोट्या वाटताहेत. पण त्यामुळेच, त्या अगदी खऱ्या असणेही शक्य आहे.

पण अगदी आतली, मनातली गोष्ट सांगायची तर त्या मुलाबद्दल मला विलक्षण आपुलकी वाटत होती. मी दारातून बाजूला सरकले. त्याला हॉलमध्ये येऊ दिले. टेबलावरची प्रश्नपत्रिका त्याच्या हातात देत त्याला म्हटले, "जा पळ. जागेवर जाऊन बस अन् पेपर लिहायला लाग."

माझ्या बरोबरच्या तरुण प्राध्यापिकेला माझे वागणे बिलकूल आवडले नाही हे तिच्या चेहऱ्यावरून स्पष्ट दिसत होते. केवळ माझी नोकरीतली वडीलकी ध्यानात घेऊन ती निमूट राहिली. पण नंतर सारा वेळ ती माझ्याकडे संशयाने, रागाने बघत होती.

मी त्या वेळी तशी का वागले? मी पूर्वी असे कधी केले नाही. पुन्हाही करीनसे वाटत नाही. पण त्या दिवशी मी नियम मोडून त्या मुलाला परीक्षेला बसायला परवानगी दिली. परवानगी दिली इतकेच नाही, तर वर्गात फिरत असताना दुरून मी त्या मुलाकडे सारखी बघत होते. जणू डोळ्यांनी मी त्याला संरक्षण देत होते.

शेवटची घंटा झाल्यावर त्या मुलाने पेपर माझ्या हाती दिला. "थँक्स!" तो हळूच पुटपुटला. त्याला रडू येईलसे मला वाटले. दुसऱ्याच क्षणी झटकन तो हॉलबाहेर निघून गेला.

नंतर ते सारे मी विसरून गेले. दिवसभर इतर कामांत मी गुंतले होते. रात्री अंथरुणावर पाठ टेकताच मला झोप लागली. पण पहिल्या गाढ झोपेनंतर मला अचानक जाग आली. आणि रात्रीच्या काळोखात, दुपारी वर्गात प्रवेश दिलेल्या मुलाचा चेहरा अगदी स्पष्टपणे माझ्या डोळ्यांसमोर उभा राहिला. आता त्या चेहऱ्याची मला ओळख पटली. फार वर्षांपूर्वी वारलेल्या माझ्या एका आवडत्या चुलतभावाच्या चेहऱ्याचे त्या चेहऱ्याशी साम्य होते.

मला वाटते, त्याच रात्री भल्या पहाटेला परेणी माझ्या स्वप्नात आली.

■

खिडक्या, झरोके...

एका इंग्रजी लेखकाच्या ललितलेखांचा संग्रह वाचत होते. त्याने एके ठिकाणी आपल्याजवळ असलेल्या एका जपानी चित्राचे वर्णन केले आहे. चित्र केवढे? तर पोस्टकार्डाच्या आकाराचे. चिमुकले. त्या चित्रात जपानमधले एक सुंदर निसर्गदृश्य रंगवलेले असते. चेरीच्या झाडावर फुललेला लाल गुलाबी नाजुक मोहर. मागे धुक्यात दडलेला पवित्र फूजीयामा पर्वत. पुढल्या बाजूला एक इवलीशी सुबक बाग. बागेतून खळखळत जाणारा लहानसा अवखळ ओढा. त्या ओढ्यावर छोटासा कमानदार पूल. एखाद्या सुंदर रमणीने कुतूहलाने एकच भुवई उंच करावी, तसा. झऱ्याच्या काठाशी दगडाळ जमीन. दगडगोट्यांतून जांभळ्या लव्हाळ्यांचे तुरे वर आलेले. अवतीभोवती इवल्याइवल्या रंगीबेरंगी फुलांची आरास मांडलेली. हे जपानी चित्र लेखकाचे फार आवडते चित्र आहे. एखादा मूल्यवान ठेवा जपावा तसे त्याने ते वर्षानुवर्षं जपलेले आहे. चित्राचे वर्णन केल्यावर लेखक म्हणतो, "मला आयुष्यात कधी जपान बघण्याची संधी मिळालेली नाही. आणि यापुढेही ती मिळेल असे वाटत नाही. पण माझ्याजवळच्या या रंगीत चित्रातून मी मनात येईल तेव्हा जपान बघतो. एखाद्या खिडकीतून बाहेरचे दृश्य बघावे, तसा. कधी कधी तर या खिडकीबाहेर उडी मारून मी जपानमध्ये थेट प्रवेश सुद्धा करतो. मन मानेल तसा, मन मानेल तिथे, भटकतो. माझ्या या जपानभ्रमणाला कसलाही अटकाव नाही. जपानबद्दल वाचलेल्या आणि न वाचलेल्या सुद्धा कितीतरी गोष्टी आजवर माझ्या या प्रवासात मी पाहिल्या आहेत. मूळच्या वास्तवावर माझ्या कल्पनेचे रंग मी मनसोक्त चढवले आहेत. मुळात जे तिथे नसेल ते देखील अनेकदा तिथे निर्माण केले आहे. त्यामुळे या चित्राच्या खिडकीतून मी जो जपान बघतो तो आता खास माझा जपान झाला आहे. आणि हा जपान माझ्या एकट्याच्या

मालकीचा आहे. तुम्ही एक वेळ प्रत्यक्ष जपान बघू शकाल. पण माझ्या रंगीत चित्रातून मला दिसणारा जपान तुम्हाला कधीच दिसणार नाही. तो फक्त माझ्याच डोळ्यांना दिसतो.''

पुस्तक वाचता वाचता मी दचकले. आपण काहीतरी फार ओळखीचे, फार परिचयाचे वाचतो आहोत असे मला वाटू लागले. आपलाच कुठला तरी अनुभव या लेखकाने इथे रेखाटला आहे का? माझ्या मनात खोल काही चाळवाचाळव होऊ लागली. काही अंधुक जागे झाले आणि बघता बघता एक खूप जुनी आठवण उसळी मारून पृष्ठभागावर तरळत आली. माझ्या लहानपणी घरोघरी 'जर्मनी में छपा हुवा' असा शिक्का असलेली काही सुंदर रंगीत चित्रे फ्रेम करून भिंतीवर लावलेली असत. माझ्या आजोळी तसे एक चित्र होते रासक्रीडेचे. वर आभाळात पूर्णचंद्र तळपत आहे. खाली यमुना वाहात आहे. पाण्याच्या लाटा चांदण्यात चमचमत आहेत. तीरावर कदंब फुलले आहेत. आणि शारदीय पुनवेच्या त्या प्रसन्न चांदण्यात कृष्णगोपी रासक्रीडा करीत आहेत. ते चित्र माझ्या फार आवडीचे होते. त्या वयात बालरामायण, बालभारत, बालभागवत, मुलींची सीता, मुलींची द्रौपदी अशी सोपी सोपी पुस्तके माझ्या आजोबांनी मला वाचायला आणून दिली होती. त्या पुस्तकांमधून राम, कृष्ण, सीता, द्रौपदी, कौरव, पांडव यांच्या व्यक्तिरेखा माझ्या ओळखीच्या झाल्या होत्या. ही ओळख अर्थातच फार जुजबी, ढोबळ होती. त्या महान व्यक्तिमत्त्वांतली व्यामिश्रता, भव्यता, गूढता आणि उत्तुंगता कळण्याचे अर्थातच ते वय नव्हते. तितकी माझी समजही प्रगल्भ नव्हती. पण या साऱ्या व्यक्ती मला जिवंत वाटत. वेगवेगळ्या कारणांसाठी आवडत. त्यांतही, कृष्ण हा माझ्या विशेष आवडीचा आणि प्रेमाचाही होता. त्याचा बंदिवासातला जन्म, त्याच्या गोकुळातल्या लीला, दहीदूध चोरणे, गौळणींची मस्करी करणे, रासक्रीडा खेळणे, बासरी वाजवणे – हे सारे मला अतिशय आवडे. मला अगदी मोहून टाकी. आणि याच सुमारास आजोळच्या घराच्या भिंतीवर लावलेले रासक्रीडेचे ते रंगीत चित्र मला बघायला मिळाले. मग ते चित्रही माझ्या आवडीचे होऊन बसले. त्याकडे किती वेळ बघत बसले तरी, मला कंटाळा येत नसे. तो चंद्र, ती यमुना, त्या चमचमत्या लाटा, ते कदंबाचे झाड, तो कृष्ण आणि त्या गोपी बघताना माझे देहभान हरपून जाई. चित्राची चौकट ओलांडून मी जणू त्या पौर्णिमेच्या चांदण्यात, त्या सुंदर वातावरणात, त्या रासक्रीडेत प्रत्यक्ष प्रवेश करीत असे. ते चित्र ही एक खिडकीच होती. त्या खिडकीतून मी पलीकडच्या गोकुळात डोकावत असे. वृंदावनातल्या रासक्रीडेत भाग घेत असे. आता या इंग्रजी निबंधकाराने आपल्याजवळच्या जपानी चित्राचे केलेले वर्णन वाचता वाचता अनेक वर्षांच्या विस्मृतीचे थर बाजूला सारून माझ्या बालपणी मी पाहिलेले ते रासक्रीडेचे चित्र पुन्हा एकदा माझ्या

डोळ्यांपुढे आले होते आणि म्हणूनच त्या चित्राच्या संदर्भात लेखकाने लिहून ठेवलेला त्यांचा अनुभव मला जिवंतपणे, प्रत्ययकारित्वाने जाणवत होता.

माझ्याच लहानपणची आणखी एक गोष्ट मला आठवते. आमचे घर तसे गरिबाऊ होते. दोन वेळच्या खाण्यापिण्याची वाण नव्हती, तरी ज्याला श्रीमंती, वैभव, ऐश्वर्य म्हणतात त्याच्याशी आमच्या घराचे अगदी दुरून सुद्धा नाते जुळण्याजोगे नव्हते. पण आमच्या घराण्यात दोन पिढ्यांमागे म्हणे श्रीमंती नांदत होती. माझी आजी लग्न होऊन या घरात आली त्यावेळचे तिथले ऐश्वर्य तिने पाहिलेले होते. पन्नाससाठ माणसांचे एकत्र कुटुंब. भरगच्च दागदागिने, भरपूर सोनेनाणे, प्रचंड भांडीकुंडी आणि धान्याने भरलेले समृद्ध कुणगे. हे सगळे त्या लहानग्या सासुरवाशिणीने अनुभवले होते. पुढल्या पिढ्यांनी ती श्रीमंती आळस, चैन, व्यसने, उधळमाधळ करून घालवली. पण त्यांतले तुरळक अवशेष मागे राहिले. नंतर वेगळी घरे झाली. तेव्हा प्रत्येकाच्या वाटणीला त्यातल्या दोन दोन चार चार वस्तू आल्या. असे माझ्या आजीच्या वाट्याला आले होते एक भले थोरले पितळेचे पातेले. आता आमच्या एवढ्याशा मोजक्या कुटुंबात त्या पातेल्याचा काही उपयोग नव्हता. एवढे मोठे पातेले भरून कोण काय शिजवणार अन् चारसहा माणसांच्या कुटुंबात ते कोण खाणार? माझी आई आपल्या सासूला म्हणे, "विकूत टाकूया ते पातेलं, उपयोग काय त्याचा? त्या किमतीत आणखी दहा पातेली सहज येतील!" पण माझ्या आईने असे काही नुसते म्हणायचा अवकाश, आजी भयंकर चिडायची. मनातून खिन्न व्हायची. दिवस दिवस रडायची. डोळ्यावाटे पसापसा पाणी काढायची. तिच्या दृष्टीने ते पातेले हा तिच्या वैभवसंपन्न घराण्याचा एक साक्षीदार होता. खरे म्हणजे आजीसाठी तो एक झरोकाच होता. त्या झरोक्यातून ती आपला भूतकाळ बघत असे. कधी कधी आम्हा नातवंडांना भोवती बसवून घेऊन आजी आम्हांला गोष्टी सांगायची. अशावेळी एखाद्या नातवंडाने त्या पातेल्याचा नुसता उल्लेख केला तरी पुरे. आजी भूतकाळात शिरलीच म्हणून समजावे. मग तिच्या डोळ्यांपुढे तिने बालपणी अनुभवलेले सासर साक्षात उभे राही. ते बाजारपेठेतले भले थोरले कापडाचे दुकान, ती श्रीमंत पेढी, गहाणवटीसाठी लोकांनी तिथे आणून ठेवलेले सोन्याचांदीचे ते दागिने, घरात दोन्ही वेळा शिजणारे विपुल रुचकर अन्न, जेवणाच्या उठणाऱ्या पंगती, लेकीसुनांच्या अंगावरचे शेर शेर सोन्याचे दागिने, त्यांची गर्भरेशमी लुगडी, एक ना दोन – सारा तपशील चित्रात रेखल्यासारखा आजी आमच्या डोळ्यांपुढे जिवंत उभा करी. आम्ही मुले जिवाचा कान करून ते वर्णन ऐकत असू. आज आपण दरिद्री असलो तरी एकेकाळी श्रीमंतीशी आपले नाते होते, लक्ष्मी आपल्या घरात सांजसकाळ पाणी भरीत होती. या नुसत्या जाणिवेने

आमची चिमुकली मने अभिमानाने तुडूंब भरून जात. मस्तके ताठ होतं. डोळे नवलाईने विस्फारत आणि विस्मयाने ऊर उचंबळून येऊन आमचे श्वास आम्हांला अपुरे पडत. आता आजीने रंगवलेल्या त्या शब्दचित्रातले सारे रंग वास्तवच असतील असे थोडेच आहे? त्यातले काही रंग तिच्या कल्पनेतलेही असणार. पण यामुळे मूळचे चित्र काही खोटे ठरत नसे. उलट ते अधिक ठसठशीत, उठावदार, सुंदर व्हायचे. त्याला नवे परिमाण लाभून अधिक अर्थपूर्णता यायची.

अशा खिडक्या, असे झरोके कधी चित्रात, कधी पुस्तकात, कधी एखाद्या व्यक्तीत, वस्तूंत, घटनांत सुद्धा आढळतात. माझ्या नात्यातला एक मुलगा पुण्याला घर बांधतो आहे. गेली अनेक वर्षे त्याचे घर रेंगाळते आहे. ते कधी पुरे होणार कोण जाणे. कधी सिमेंट मिळत नाही म्हणून, कधी कॉन्ट्रॅक्टरशी काही मतभेद झाले म्हणून, तर कधी सारे सुरळीत चालू असताना ऐनवेळी हातांत पैसेच नसतात म्हणून, काम वरचेवर बंद पडते. या वेळेपर्यंत जेमतेम दोन खोल्या बांधून झाल्या आहेत. तरीही त्याने घराभोवतालच्या मोकळ्या आवारात बाग करण्याचा घाट घातला आहे. ही बाग म्हणजे काय, वर एक छोटेसे जास्वंदीचे रोप, दोन तीन क्रोटनच्या कुंड्या आणि जगू न जगू अशा संभ्रमात असलेले रातराणीचे एक खुरटलेले झुडूप. पण घरमालकाला मात्र आपल्या घराबद्दल, बागेबद्दल अथांग प्रेम आणि अपार विश्वास आहे. मध्यंतरी मी पुण्याला गेले होते तेव्हा त्याने मोठ्या अगत्याने मला आपले 'घर' दाखवायला नेले. अर्ध्या उभ्या घराबद्दल जेवढा उत्साह दाखवणे शक्य आहे तेवढा मी दाखवला. त्यानंतर आम्ही 'बाग' बघू लागलो. त्या चार रोपांना बाग म्हणणे कठीण होते. पण घरमालकाला तिथे साक्षात बगीचा दिसत होता. तो अतिशय उत्साहाने सांगत होता.

"हे बघा. घराभोवती तारेचे भक्कम कुंपण, म्हणजे शेळ्यामेंढ्यांनी, चुकार गुरांनी आत येऊन बागेचा विध्वंस नको करायला. नंतर फाटकापाशी दोन बाजूंना दोन गुलतुऱ्याची झाडं, लालपिवळ्या फुलांनी बहरलेली, जयविजयासारखी. या इकडे फ्लॉक्सचा एक वाफा, लाल जांभळ्या फुलांचा. तिथे जरा बाजूला भिंतीलगत मस्तपैकी कॉसमॉस. पिवळी, पांढरी, जांभळी, गुलाबी फुलं आपली डुलताहेत वाऱ्यावर! अन् मागल्या बाजूला छोटीशी किचन गार्डन. तिथे अळू, पालक, कोथिंबीर, मेथी; अन् मागच्या कुंपणावर ऋतुपरत्वे दोडक्याघोसाळ्याचे वेल. अहो, दारच्या भाजीची चव काही वेगळीच असते."

बोलता बोलता त्याची तंद्री लागली. डोळे स्वप्नाळू, धुंद झाले. त्याला त्याची बाग दिसत होती. फुलांचे रंग त्याच्या डोळ्यांसमोर उमलत होते. अजून ज्यांचे बी देखील पेरले गेले नव्हते त्या दोडक्या, घोसाळ्याच्या भाजीची मस्त

चव त्याच्या जिभेवर रेंगाळत होती. मी त्यांच्याकडे बघतच राहिले. माझ्यासारखीला जिथे खुरटलेली रोपटी दिसत होती तिथे घराच्या त्या मालकाला त्याची संपूर्ण बाग तिच्या साऱ्या तपशिलांसकट प्रत्यक्ष जाणवत होती. त्या चार झाडांच्या झरोक्यांतून तो आपल्या भविष्यकालीन बागेत आताच जाऊन पोहोचला होता. त्याचे मला हसू आले. त्याच्याबद्दल करुणा वाटली. पण त्याबरोबरच त्याचा हेवाही वाटला. अद्याप अस्तित्वातही न आलेल्या आणि कधी काळी अस्तित्वात येईल की नाही याचीही वानवा असलेल्या आपल्या बागेचे दर्शन तो या क्षणी घेत होता. एका अर्थाने ती बाग अस्तित्वात होतीच. प्रत्यक्षात नसली तरी त्याच्या मनात ती होती.

माणसे कुठे कुठे काय काय पाहतात. कशाच्या द्वारा कुठेही जाऊन पोहोचतात. कोकणाशी ज्यांचा बाळपणी आणि तोही वयाच्या दहाबारा वर्षांपर्यंतच संबंध आला अशा माझ्या एका ओळखीच्या गृहस्थांची उभी हयात देशावर चालली आहे. पण बालपणी पाहिलेले कोकण सतत त्यांच्या मनात आहे. इथे देशावरही त्यांनी ते जपले आहे. पुण्याला त्यांनी स्वतःचे घर बांधले आहे. त्या घराच्या पाठीमागे असलेल्या लहानशा मोकळ्या आवारात त्यांनी दोन आंब्याची झाडे, एक फणस लावला आहे. मोरीलगत एक अळवाची खाच केली आहे. त्या आंब्याफणसाकडे, त्या अळवाच्या खाचेकडे ते तृप्त नजरेने बघत राहतात. त्यात त्यांना लहानपणी पाहिलेले कोकणातले आपले घर दिसते. तिथली आंब्याफणसाची झाडे दिसतात. त्यांची हिरवीगार शीतल सावली दिसते. माडपोफळी दिसतात. कदाचित दूर पलीकडे हेलकावत असलेला निळाभोर समुद्रही दिसत असेल. त्याची गंभीर गाज त्यांच्या कानांवर येत असेल, ते कोकणात वावरत असतील. प्रत्यक्षात गेली अनेक वर्षे ते कोकणात गेलेले नाहीत. दरवर्षी 'जाऊ, जाऊ' म्हणतात, पण जाणे त्यांना जमलेले नाही. आणि आता ते कधी तिकडे जातील असेही मला वाटत नाही. पण तशी त्यांना आवश्यकताही नाही. त्यांचे कोकण त्या चार झाडांत, त्या अळवाच्या खाचेत सामावलेले आहे. इंग्रज माणसाबद्दल असे म्हणतात की तो जिथे जातो तिथे आपले इंग्लंड आपल्याबरोबर नेतो. कोकणातली माणसे देखील जिथे जातील तिथे त्यांचे कोकण त्यांच्याबरोबर येतेच. संपुष्टात विश्वव्यापी देव मावतो तसे त्यांचे कोकण एखाद्या झाडात देखील मावते. त्यातून संपूर्ण कोकण त्यांना दिसते. हीही एक खिडकी. एक झरोका.

खरेच, कशातून आपण काहीही पाहू शकतो. आंघोळीच्या बादलीभर पाण्यात गंगा, सिंधू, सरस्वती, यमुना अशा प्रचंड नद्या आपल्या घरी येतात. आपल्याला न्हाऊ घालतात. पावन करतात. पूजेच्या वेळी तांदळाच्या चार दाण्यांत सारी पूजाद्रव्ये सामावतात. नारळ, सुपारी, चार तांबड्या अक्षता, चार

फुले, एखादे तुळशीपत्र किंवा बिल्वपत्र आपल्याला पुरेसे होते, त्यातून आपल्याला पुष्कळसे काही दिसू शकते. पुष्कळसे मिळतेदेखील. श्रीकृष्णाने द्रौपदीच्या थाळीला चिकटलेले भाजीचे एक पान खाल्ले आणि त्यामुळे सारे विश्व तृप्त झाले ही कथा काव्यमय तर खरीच, पण मला ती प्रतीकात्मकदेखील वाटते. एका लहानशा झरोक्यातून केवढ्या मोठ्या भावनिक विस्तारात आपण प्रवेश करू शकतो याचे मला ते एक प्रतीक वाटते.

मोठ्या प्रतिभासंपन्न लेखकांच्या बाबतीत हेच घडत असावे. एखाद्या घटनेच्या झरोक्यातून ते एखादा अनुभव घेतात आणि मग त्या अनुभवावर आपल्या प्रतिभेची विशिष्ट किमया ते करतात. आता तो अनुभव खास त्यांचा, त्यांच्या व्यक्तिमत्त्वाने दंगलेला, त्यांच्या जीवनदृष्टीने चैतन्यमय झालेला असा असतो. तसे तर जीवनातले सुखदु:खांचे, वासनाविकारांचे, हर्षविषादांचे अनुभव सर्वत्र सारखेच असतात. जन्म, मृत्यू, प्रेम, वात्सल्य, विरक्ती या भावना सनातनच आहेत. पण प्रतिभावंत ज्यावेळी त्या अनुभवांचे, भावनांचे चित्रण करतात, त्यावेळी त्यांना त्यांतून पलीकडचे एक जग दिसत असते. हे जग खास त्यांचे असते. कलावंत हा प्रतिसृष्टी निर्माण करतो असे म्हणतात ते याच अर्थाने म्हटले जात असावे. फरक इतकाच आहे की त्या इंग्रज निबंधकाराजवळच्या जपानी चित्रामधून त्याला जो जपान दिसत होता तो इतर कुणालाही दिसणे शक्य नव्हते. त्याच्या विशिष्ट खिडकीमधून इतर कुणाला जपानमध्ये जाता येणार नव्हते. उलट प्रतिभावंताच्या अनुभवाच्या खिडकीतून आपण पलीकडे जाऊ शकतो. त्याच्या स्वत:च्या जगात आपण प्रवेश करू शकतो. त्या वातावरणात मुक्तपणे वावरतो.

■

शब्द सोडलेले धडे

मी रस्त्याने चालले आहे. भोवती माणसांचा महापूर वाहत आहे. मुंबईसारखे अफाट शहर. त्यातून आपण दमून भागून कामावरून घरी परत चाललेलो. मला बस पकडायची घाई असते. अशा वेळी इकडे तिकडे पाहायला उसंत नसते, की भोवताली जे काही चाललेले आहे त्याबद्दल मनात काही कुतूहलही नसते. मी माझ्याच थकव्यात बुडालेली असते. कसे तरी पाय ओढत मी बसच्या रांगेत येऊन उभी राहते. आपल्याला हवी ती बस कधीच वेळेवर येत नाही. नको असलेल्या बसेस मात्र अगदी पाच पाच मिनिटांनी पुढ्यात येऊन उभ्या राहतात. आपली चीड वाढत जाते त्याप्रमाणात थकवाही वाढत जातो. एकदा या पायावर, एकदा त्या पायावर कल देऊन उभे राहता राहता जीव हैराण होतो. इकडे बसची रांग वाढतच चालली आहे. शेवटी बस येते, मी धडपडत बसमध्ये चढते आणि कोपऱ्यात एक जागा रिकामी असते तिथे जाऊन बसते. भोवती माणसांची झिम्मड. काही माणसे जागा मिळेल तिथे दाटीवाटीने बसलेली तर काही जागा न मिळाल्यामुळे जमेल तिथे, जमेल तशी, जेमतेम तोल सावरून उभी. अनेक माणसे, अनेक चेहरे, अनेक व्यक्तिमत्त्वे; पण माझ्या श्रांत मनावर एकाचेही वेगळेपण ठसत नाही. खिडकीच्या काचेवरून पाण्याचा थेंब सर्रदिशी ओघळून जावा तसे सारे चेहरे मनाच्या पृष्ठभागावरून निसटून ओघळून जातात. मागे पुसट ओलावा देखील उरत नाही. मला सारे चेहरे सारखेच वाटतात. किंबहुना बसमधल्या साऱ्या माणसांचा मिळून एकच चेहरा बनलेला असतो. गर्दीचा चेहरा.

– आणि मग अचानक एखादे धारदार वाक्य बाणासारखे सण्णदिशी सणाणत येते. कानात घुसते. "अरे, मी जीव तोडतोडून सांगत होतो. पण नाही ऐकलं त्यानं!" काळीज पिळवटून जाईल अशा स्वरात बसमध्ये कुणीतरी ते

वाक्य उच्चारलेले असते. मी चमकते. माझ्या तंद्रीतून मला जाग येते. मी आसपास बघू लागते. इतक्यात बसचा एक स्टॉप येतो. आणि क्षणापूर्वी ज्याने हे वाक्य उच्चारलेले असते तो माणूस आणि ज्या माणसाला ते ऐकवलेले असते तो त्याचा मित्र दोघेही बसमधून उतरून जातात. मागे मी स्वत:शीच त्याचा अर्थ लावू लागते. या माणसाने कुणाला काय इतके जीव तोडतोडून सांगितले असेल बरे? आणि त्या दुसऱ्या कुणी ते का ऐकले नसेल? त्याचा परिणाम शेवटी काय झाला असेल? बसमध्ये ते वाक्य बोलणाऱ्या माणसाच्या स्वरातली हताश वेदना मला स्पष्ट जाणवली होती. याचा अर्थ असा की ज्याने ते सांगितलेले ऐकले नव्हते त्याच्या बाबतीत नंतर काहीतरी भयानक पर्यवसान घडले असावे. सांगणाऱ्याने जीव तोडून एवढे काय सांगितले असेल? त्या दुसऱ्या माणसाला कुठे जाण्यापासून त्याने अडवले असेल का? आणि ते न ऐकता कुठे गेलेला माणूस शेवटी एखाद्या अपघातात सापडून मरण पावला असेल? की या माणसाने कुणाला तरी कुणापासून सावध राहण्याचा इशारा दिला असेल? आणि त्या दुसऱ्याने तो इशारा नाकारला असेल? त्याचा काही विपरीत परिणाम त्याला भोगावा लागला असेल? नोकरी, प्रेम, लग्न, एखादे साहस, एखादा दुर्दैवी निर्णय-कुणीतरी कुणाला तरी कशापासून तरी वाचवण्याचा जिवाच्या आकांताने प्रयत्न केला होता आणि तो दुसरा याचा सल्ला झुगारून आपल्या मन:प्रवृत्तींनाच अनुसरला होता. त्याचा परिणाम भीषण झाला होता. होता म्हणजे असावा. कदाचित-कदाचित असेही असेल की या सल्ला देणाऱ्याला काहीतरी भयंकर घडले असे जे वाटत असेल तसे ते भयंकर नसेलही. याने त्याला कुणातरी मुलीपासून सावध राहण्याची सूचना दिली असेल. पण त्या दुसऱ्याने तिच्याशीच लग्न केले असेल आणि ती दोघे कदाचित अतिशय आनंदातही असतील. किंवा याने त्या दुसऱ्याला भरपूर नियमित पैसा महिन्याच्या महिन्याला मिळवून देणारी नोकरी न सोडण्याचा कळकळीचा उपदेश केला असेल, पण त्या दुसऱ्याने तो सल्ला न ऐकता नोकरीवर पाणी सोडून आपल्याला हवा असलेला स्वतंत्र व्यवसाय सुरू केला असेल. तो दारिद्र्य अनुभवीत असेल. पण आपल्या मनाप्रमाणे वागल्याचे अपार समाधान त्याला लाभले असेल. माणसे अनेकदा चुकीचे निर्णय घेतात. पण ती चूक इतरांच्या दृष्टीने असते. ज्याचा तो मुळी चूक करीतच नसतो. तो फक्त अंत:करणाच्या हाकेला 'ओ' देत असतो. त्याचा आनंद, त्याची तृप्ती फार मोठी असते. इतरांच्या सल्ल्याप्रमाणे न वागता स्वत:चा हट्ट पुरवून सर्वनाश ओढवून घेणारी अनेक माणसे आपण बघत नाही का? आणि तरी ती फार आनंदात असतात. प्रत्येकाची आनंदाची, सुखाची कल्पना वेगळी. इतरांना ती कशी कळणार? ती ज्याची त्यालाच कळते. ज्याची त्यालाच समाधान मिळवून देते. तर मग बसमध्ये बोलणारा तो माणूस ज्याला कुणाला जे काही जीव

तोडतोडून सांगत होता ते न ऐकणारा तो दुसरा माणूस नेमका दु:खीच झाला असेल असे समजण्याचेही काही कारण नव्हते. दोघांच्या सुखाच्या कल्पनांमध्ये जमीनअस्मानाचे अंतर असेल. सल्ला देणाऱ्याने मनापासून तो दिला असेल. सल्ला नाकारणाऱ्याने तितक्याच मन:पूर्वकतेने तो नाकारला असेल. दोघेही आपआपल्या परीने योग्यच वागले असतील अशीही शक्यता आहे...

माझे विचार भरकटत चालले होते. मोठ्या प्रयासाने त्यांना आवर घालून मी माझे मन दुसरीकडे वळवले. तरीही ते वाक्य मला छळतच राहिले. त्यातले गूढ उकलण्याचा मी प्रयत्न करीतच राहिले. नेमके काय घडले असेल? किंवा काय घडले नसेल? मला ते कळले नव्हते. कधी कळण्याचा संभवही नव्हता. ते सारेच शब्द सोडलेल्या धड्यासारखे होते. आणि मधल्या कोऱ्या जागांमध्ये मी अर्थ शोधण्याचा खटाटोप करीत होते.

असे शब्द सोडलेले धडे आपल्याला सतत भेटत असतात. काही शब्दच आपण वाचू शकतो. आणि मधल्या मधल्या जागा कोऱ्याच असतात. तिथली वाक्ये आपल्याला कधीच वाचायला मिळत नाहीत. आपण आवडेल तो, इच्छेला येईल तो अर्थ तिथे वाचावा. पण तो काही खरा अर्थ नसतो. एक प्रसंग मला आठवतो. एक लहान मूल घराच्या ओटीवर अगदी शांत बसले होते. दूर कुठेतरी टक लावून दूरातले काहीतरी न्याहाळीत होते. दोन तीन वर्षांचे छोटे अबोध मूल. क्षणभर देखील एका जागी स्थिर न राहण्याचे त्याचे वय. ते इतके कसे शांत बसले होते? इतके टक लावून ते काय पाहात होते? मी त्याच्या खांद्यावर हात ठेवला. त्याचे लक्ष माझ्याकडे वेधून घेण्याचा प्रयत्न केला; पण त्याने अगदी शांतपणे माझा हात खांद्यावरून काढून टाकला होता आणि पुन्हा ते आपले दूरातले ते काही अदृश्य न्याहाळीत राहिले होते. त्या लहान मुलाचे ते शांत बसणे, दूरात टक लावणे, त्याची ती हरवलेली नजर–सारेच विलक्षण नव्हे तर कमालीचे भीतिदायक होते. मला जास्त वेळ त्या मुलाकडे बघवेना. मी तिथून निघून गेले. त्या मुलाचे ते एकटक बघणे– तो एक शब्द सोडलेला धडा होता. गूढ, संदिग्ध, अतर्क्य, मन अस्वस्थ करणारा!

माझी आजी बरीच वयस्कर होऊन वारली. मरणाच्या आधी काही दिवस ती जरा भ्रमिष्ट झाली होती. म्हणजे तिला वेड वगैरे लागले होते असे नाही. तिचा काहीही उपद्रव आम्हांला होत नसे, पण ती आपल्या स्वत:च्याच एका अपरिचित जगात वावरत होती. त्या जगात आम्हांला कुणाला प्रवेश नव्हता. तिथे ती हसे. कुणाशी तरी बोले. कुणाशी तरी भांडत राही. काय दिसत असेल तिला? तिचे खेड्यातले बालपण? तिथल्या तिच्या सख्यासोबतिणी? त्यांच्याबरोबर खेळलेले खेळ? तिथे आलेले कडूगोड अनुभव? मला ते सारे विचित्र वाटे. मी

तिचा हात हातात घेऊन, कधी तिच्या गालाला गाल भिडवून व्याकुळ स्वरात तिला विचारी, "मोठी आई, तुला काय दिसतं? तू कुणाशी बोलतेस? कुणाशी हसतेस? कुणाशी भांडतेस?" ती काहीच उत्तर देत नसे. नुसती हरवलेल्या नजरेने माझ्याकडे बघत राही. किंवा जोरजोराने हात हलवून 'जा जा' असे मला म्हणे. कधी कधी आजी घरातल्या साऱ्या माणसांना सांगे, "बसलात काय? उठा, कामाला लागा, कामं करायला नकोत. नुसतं हातपाय पसरून बसायला हवं साऱ्यांना!" तिच्या स्वरात इतकी निकड असे, तिचा जीव इतका कासावीस झालेला असे, की तिच्या त्या वेदना आम्हाला बघवत नसत. आईने मग तिला दटावून म्हणावे, "कसली कामं करायची? उगाच काहीतरी त्रास द्यायचा म्हणजे काय? काही कामं राहिलेली नाहीत. तुम्ही गप्प बसा. उगाच सतावू नका घरातल्यांना!" आई असे म्हणाली की आजीचा चेहरा हिरमुसून जाई. भीतीने कापत ती गप्प बसून राही. पण तिचे तसे गप्प बसणेही फार करुण वाटे. मग हर प्रयत्नाने मी तिला पुन्हा बोलती करी. परंतु शेवटचे काही महिने आजी आमच्यांतून दूर निघून गेली होती. शरीराने ती आमच्यात वावरत होती. पण तिचे मन एका अज्ञात प्रदेशात कधीच जाऊन पोहोचले होते. तिचे ते शेवटचे दिवस हा असाच एक शब्द सोडलेला धडा होता. ते सोडलेले शब्द मला कधी कळले नाहीत.

माझ्या लहानपणी मी पाहिलेले आमच्या नात्यातले एक जोडपे. दोघेही नवराबायको साऱ्या जगाशी गोड. आल्यागेल्याचे, नातेवाईकांचे, इष्टमित्रांचे त्यांना कमालीचे अगत्य होते. घरी कुणी चार दिवस पाहुणे म्हणून आले तर दोघांना ब्रह्मानंद होई. पाहुण्यांसाठी काय करू नि काय नको असे त्यांना होऊन जाई. पण खडीसाखरेसारख्या अंतर्बाह्य गोड, लाघवी, प्रेमळ असलेल्या या जोडप्याचे एकमेकांशी उभ्या आयुष्यात कधी पटले नाही. दोघे एकत्र आली की भांडणे, कचकच, उणीदुणी बोलणी, एकमेकांची कुत्सित शब्दांत हेटाळणी करणे. वर्मे काढणे. असे सारखे चालायचे. आम्हांला नवल वाटे, साऱ्या जगाशी प्रेमाने वागणारी ही दोघे. यांचे एकमेकांशी का पटत नाही? यांच्या संसारात कुठे काय बिनसले आहे? घरदार, मुलेबाळे, संपत्ती सारे काही दृष्ट लागण्याजोगे असताना ही सुखाने का जगत नाहीत? एकमेकांना इतके का छळतात? मी त्या कोड्याचा उलगडा करण्याचा प्रयत्न करीत असे. पुढे मी जरा मोठी झाले आणि मग त्या शब्द सोडलेल्या धड्यातल्या कोऱ्या जागा मला हळूहळू उमगू लागल्या. त्या नवराबायकोची भांडणे हा त्यांच्या प्रेमाचा आविष्कार होता. कुणी लडिवाळपणे गळा पडून प्रेम करतात. कुणी एकमेकांना डोळ्यातल्या बाहुलीसारखे जपून प्रेम करतात. हे जोडपे भांडूनच प्रेम करीत असे. भांडण हा त्यांच्या संसाराला रुची आणणारा मीठतिखटमसाला

होता. भांडण हा त्यांचा विरंगुळा होता, भांड भांड भांडल्यावर दोघे शिणून जात आणि मग एकमेकांचे कोडकौतुक करण्यात, लाड पुरवण्यात पुन्हा दोघांची चढाओढ लागे. काही काळ असा जाई, संसार अळणी, सपक वाटू लागे. दैनंदिन जीवन नीरस होऊन जाई, की पुन्हा कडाडून भांडणे, ओरडा, आवाज, नाट्यपूर्ण घटना. मग संसार कसा छान चवदार रंगीबेरंगी वाटू लागे.

हे असे शब्द सोडलेले धडे. सामोरे येणारे. आपले कुतूहल चाळवणारे. आपल्याला न सुटणारी कोडी घालणारे. पण अवतीभोवती बघण्याची तरी काय गरज आहे? आपण स्वत:कडे दृष्टिक्षेप केला तर तिथे देखील असे शब्द सोडलेले धडे असंख्य सापडतील. आपल्या वागण्यात तरी सुसंगती, तर्कशुद्धता कुठे असते? काही वेळ आपल्यातलाच एक वेगळा कुणीतरी आपल्यापेक्षा प्रबळ होतो आणि आपल्या इच्छेविरुद्ध तो नको असलेल्या गोष्टी आपल्याला करायला लावतो. कित्येकदा आपण असे काही वागतो की आपला आपल्यालाच त्याचा उलगडा होत नाही. अमक्या वेळी अमका निर्णय आपण का घेतला? अमक्या वेळी अमुक अमुक गोष्ट आपण झडझडून अंगाबाहेर टाकायला हवी होती. अमुक उत्तर तडकाफडकी द्यायला हवे होते. अमक्या बाबतीत निश्चित काहीतरी सांगायलाच हवे होते. ते आपण काही केले नाही. का बोललो नाही? का ठाम नकार दिला नाही? आपण जे बरेवाईट वागतो त्याचा नेमका कर्ताकरविता कोण असतो? लहान मुलांना विचार आणि कृती यांतले अंतर कळत नाही. मनात आले की मुले तसे वागतात, मोडतात, फोडतात, विध्वंस करतात आणि मग आवडते खेळणे आपण आपटून मोडून टाकले म्हणून काळीज फुटेल अशी रडत राहतात. हे झाले लहान मुलांचे वागणे. आपण तर चांगली वयाने वाढलेली, बऱ्यावाईटाचा विवेक असलेली, शहाणीसुरती, समंजस माणसे असतो ना? मग आपण अविवेकाने अतर्क्य, अनाकलनीय असे का वागतो? नको असलेले निर्णय का घेतो? नेमके काय घडते? कोण हे सारे आपल्याला करायला भाग पाडते? भगवान श्रीकृष्णांनी गीतेत याचे उत्तर देऊन ठेवले आहे 'प्रकृतिस्त्वां नियोक्षति' पण शेवटी ही प्रकृती म्हणजे तरी कोण आहे? ती आपल्या ठायी असूनही आपल्या मनाविरुद्ध कशी वागते? का वागते?

– शेवटी जग काय किंवा आपण काय! सारे शब्द सोडलेले धडे आहेत. मधल्या मधल्या जागा कोऱ्या. कोडे घालणाऱ्या. सदैव गूढात गुरफटलेल्या.

■

बिनशिराचे कबंध

दुपारी बारा साडेबाराचा सुमार असेल. परळवरून निघालेली बस माहीमला चालली होती. बसमध्ये फारशी गर्दी नव्हती. मोजकीच माणसे विरळ विरळ ऐसपैस बसली होती. कंडक्टर संथपणे आपले काम करीत होता. मध्येच तोही एखाद्या बाकावर बसून विश्रांती घेत होता. बसमध्ये एरवी असणारी खेचाखेची, माणसांचा कलकलाट, उभ्या राहिलेल्या माणसांचे बसच्या धक्क्याबरोबर हिंदकळणे आणि एकमेकांच्या अंगावर कोलमडणे, मुलांची रडारड, त्यातच मिसळलेल्या हाका, यांतले काहीही आज नव्हते. आश्चर्य खरेच. पण आज बसची आरामगाडी झाली होती.

मला बसमध्ये चांगली खिडकीजवळ बसायला जागा मिळाली म्हणून मी खुषीत होते. बसमध्ये बसल्याबरोबर मी जवळचे एक पुस्तक काढले आणि वाचायला सुरुवात केली. माझे उतरण्याचे ठिकाण खूपच लांब होते. त्यामुळे मला अधले मधले मुक्काम बघण्याचीही गरज नव्हती. मी पानांमागून पाने उलटत राहिले. लवकरच हातातल्या पुस्तकात पूर्णपणे रमून गेले.

पण पुस्तक वाचतानाही मला बसमधली माणसे अस्पष्टपणे जाणवत होती. अगदी मागच्या लांबलचक बाकावर चार पोक्त बाया बसल्या होत्या. त्या परळलालबागमधल्या कामगार वर्गापैकी असाव्यात. काळ्यासावळ्या, अंगाने आडव्या बांध्याच्या, डोक्यावरून पदर घेतलेल्या त्या चौघीजणी एकमेकींशी अगदी मोकळेपणाने गप्पा मारीत होत्या. हसत होत्या. मधून मधून तंबाखूच्या चिमटीची आपापसात देवघेव करीत होत्या. आणखी एका बाकावर शाळकरी वयातले दोन मुलगे होते. त्यांच्या अंगावर शाळेचा युनिफॉर्म होता. पुस्तकेवह्या असलेली लठ्ठ पिशवी, पाकिटे त्यांनी बाकावर आपल्या शेजारी ठेवली होती.

त्यांचीही आपापसात काही चिवचिव चालली होती. ही मुले बहुधा शाळा सुटल्यावर घरी जायला निघाली असावीत. ती दोघे रोज याच बसने जात असली पाहिजेत. कारण कंडक्टर त्यांना चांगला ओळखत होता. तो अधूनमधून गमतीने त्यांची विचारपूस, क्वचित चेष्टाही करीत होता.

मध्येच एका बाकावर एक माणूस एकटाच बसला होता. हा माणूस सुशिक्षित तुसड्या, मध्यमवर्गीय पांढरपेशा समाजाचा प्रतिनिधी शोभत होता. त्याच्या अंगात निळ्या रंगाचा ऐटबाज 'सफारी' सूट होता. हातात भारी सूटकेस होती. डोळ्यांवर उंची फ्रेमचा चष्मा होता. बसमधल्या इतर लोकांपेक्षा आपण कुणी वेगळे, वरच्या दर्जाचे आहोत ही जाणीव त्याच्या चेहऱ्यावर, त्याच्या एकूण हावभावांमध्येही दिसून येत होती. नेहमी टॅक्सीने प्रवास करणारा हा माणूस आज येथे नाइलाजाने बसमधून, घामट अन् कळकट लोकांच्या सहवासात प्रवास करीत असावा असे वाटत होते. कारण त्याच्या कपाळावर आठ्या होत्या. भोवतालच्या प्रवाशांबद्दल तुच्छतेची, उपेक्षेची भावना होती. तो पुन्हा पुन्हा हातातल्या घड्याळाकडे नजर टाकीत होता. आपला क्षण न क्षण महत्त्वाचा, मोलाचा आहे असे इतरांना पटवून देण्याचा प्रयत्न करीत होता.

बसमध्ये अशीच इतरही काही माणसे होती. एक अगदी पिकलेला मुसलमान होता. तो डोळे झाकून बसला होता. मध्येच ओठांनी काहीतरी पुटपुटत होता, कदाचित तो देवाचे नामस्मरण करीत असावा. दोन प्रौढ स्त्रिया होत्या, त्या कुठल्या तरी शाळेतल्या शिक्षिका असाव्यात. शाळेतला अभ्यास, मुलांचे विविध कार्यक्रम, तपासायला आलेल्या वह्यांचा भरमसाठ आकडा, जवळ आलेल्या सहामाही परीक्षा यासंबंधी त्यांचे बोलणे चालले होते. माझ्यापासून जवळच्याच बाकावर त्या बसलेल्या असल्यामुळे इच्छा नसतानाही त्यातले काही शब्द माझ्या कानावर पडत होते. एक म्हाताऱ्या आजीबाई होत्या. त्या अगदी घाबरल्यागत जीव आवरून बसल्या होत्या आणि पुन्हा पुन्हा कंडक्टरला म्हणत होत्या. "अहो, शीतळादेवीचा स्टॉप आला की मला सांगा हं. मला तिथेच उतरायचे आहे!" कंडक्टर त्यांना धीर देत म्हणत होता, "आजी, तुम्ही काही काळजी करू नका. शीतळादेवी अजून खूप लांब आहे. आल्याबरोबर मी तुम्हाला सांगतो हं. तुम्ही निवांत बसा." आजीबाईंच्या पुढल्या बाकावर दोन कॉलेजविद्यार्थिनी होत्या. किशोरवयातल्या त्या कोवळ्या मुली ताज्या टवटवीत फुलांसारख्या लोभस होत्या. त्या उत्सुकतेने सर्वभर बघत होत्या, पुन्हा एकमेकीशी गप्पा मारण्यात रमत होत्या, दुपारी कुठल्यातरी 'पिक्चर'ला जाण्याचे बेत आखत होत्या. हसत होत्या. आणि क्वचित एकमेकीच्या अगदी कानाशी तोंड नेऊन काही कुजबुजतही होत्या. त्यांची हालचाल विलक्षण वेधक होती. पलीकडच्या

कोपऱ्यातले दोनतीन तरुण मुलगे चोरून त्यांच्याकडे बघत होते. पुन्हा नजर दुसरीकडे वळवत होते. आपण त्या तरुण मुलींकडे बघत आहोत हे बसमध्ये इतर कुणाच्या ध्यानात तर आले नसेल ना म्हणून दचकून इतरांकडे नजर टाकत होते आणि पुन्हा त्यांचे डोळे नाइलाजाने अदृश्य धाग्याने ओढल्यासारखे त्या मुलींकडे वळत होते. मुलींना मात्र त्याची दाद नव्हती. बसच्या गर्दीतही त्या दोघींचे एक चिमुकले खाजगी विश्व निर्माण झाले होते. त्यातच त्या पूर्णपणे रमून गेल्या होत्या.

माझ्या समोरच्या बाकावर एक पोरसवदा तरुण आई बसली होती. तिच्याजवळ तिचा तीन साडेतीन वर्षांचा मुलगा होता. मुलगा खूप बडबड्या, दंगेखोर होता. तो खिडकीशी धडपडत होता. तिथून बाहेर तोंड काढू बघत होता. नाना प्रकारचे प्रश्न विचारून आईला भंडावून सोडत होता. आई कधी त्याला उत्तर देत होती तर कधी 'किती बडबडशील रे?' म्हणून कौतुकाने तक्रारही करत होती. मुलगा भारी गोड होता. बसमध्ये बसलेले ते एकमेव लहान मूल; म्हणून बसमधल्या साऱ्याच प्रवाश्यांचे डोळे त्याच्याकडे वळत होते. त्याच्या बालिश प्रश्नांनी गंभीर चेहऱ्यांवरही स्मिताची रेखा उमटून जात होती.

मी बसमध्ये चढले त्यावेळी तिथे बसलेले हे सारे प्रवासी होते. बहुतेक सारे लांबच्या मुक्कामावर उतरणारे होते. काहीजण मधल्या स्टॉपवरही उतरत होते. त्यांच्या जागी नवे प्रवासी येऊन बसत होते. तरीही बसमध्ये म्हणण्यासारखी गर्दी आज नव्हतीच. मी एकीकडे पुस्तक वाचत होते आणि दुसरीकडे आल्यागेल्या प्रवाश्यांकडे बघत, विशेषत: समोर बसलेल्या त्या लहान मुलाकडे बघत, त्याची निरागस बडबड ऐकत स्वत:च्या जिवाची करमणूक करून घेत होते. बाहेर मुंबईची नेहमीची रहदारी नेहमीच्या गतीने वाहत होती, ओळखीच्या इमारती, चाळी, झोपडपट्ट्या येत होत्या, पुन्हा मागे पडत होत्या. उन्हे निबर झाली होती. हवेत उकाडा होता. पावसाचे नावही नव्हते. सारांश, या दिवसांत मुंबई असायची तशी होती. दिसायची तशी दिसत होती. सारे अगदी नेहमीचे, नेहमीसारखे, नित्यपरिचयाचे, अंगवळणी पडलेले होते.

जरा वेळाने हातातले पुस्तक खूपच वेधक, रंजक होत चालले, तेव्हा बसमधल्या माणसांवरचे, भोवतालच्या परिसरावरचे माझे लक्ष उडाले आणि हातातल्या पुस्तकात मी पूर्णपणे गढून गेले. आपण बसमधून प्रवास करत आहोत याचाही जणू मला विसर पडला. मध्येच कुणीतरी माझ्या शेजारी येऊन बसले. त्याची सुद्धा माझ्या मनाने दाद घेतली नाही. बसची गती तर शरीराला जाणवूनही जाणवत नव्हती.

– आणि एकदम ब्रेक्सचा प्रचंड करकराट करीत बस थांबली. बसलेल्या

हादऱ्याने दचकून मी वर पाहिले आणि क्षणार्धात भीतीची एक अनावर लाट माझ्या अंगावरून सरसरत गेली. गाडी वडाळा बस डेपोकडे चालली होती. वाटेत ती अचानक थांबली कारण तिला पुढे जाणे शक्य नव्हते. रस्त्यावर भयंकर गर्दी जमली होती. त्या गर्दीने बसला वेढा घातला होता–नव्हे ती बसला चारी बाजूनी घेरून उभी होती. मी खिडकीतून बाहेर नजर टाकली. खिडकीच्या अगदी जवळ आलेले चेहरे मला दिसले. ते चेहरे अचकट विचकट आविर्भाव करत होते. खिदळत होते. बसवर जोरजोराने थपडा मारीत होते, 'होऽऽ' करून ओरडत होते, काही जणांनी तर हाती येतील ते दगडीही बसवर भिरकावून द्यायला सुरुवात केली होती. बसड्रायव्हर आपल्या सीटवरून उठून उभा राहिला होता. तो बावरलेला दिसत होता. लोक त्यालाही अर्वाच्य बोलत होते. शिव्या देत होते. 'साला दिखता नहीं है क्या?' 'हम लोगों को मारेगा क्या रे?' 'बडा आया बस चलानेवाला' असे अभद्र ओरडत होते. बसमध्ये हलकल्लोळ उडाला होता. त्या मराठमोळ्या बायका, तो स्वयंकेंद्रित फॅशनेबल बिझिनेसमन, तो देवाचे नाव घेणारा म्हातारा मुसलमान, त्या शिक्षिका, त्या कोवळ्या मुली, त्यांच्याकडे चोरून बघणारे ते तरुण मुलगे, बाकीचेही सारे प्रवासी-सगळ्यांच्याच चेहऱ्यावर विलक्षण भीती उमटली होती. सारे एकमेकांचा आधार शोधीत होते, एकमेकांकडे केविलवाण्या नजरेने बघत होते. 'काय झालं?' 'अरे कुणी बसखाली तर आला नाही?' असे प्रश्न एकमेकांना विचारीत होते. त्या म्हाताऱ्या आजीबाई तर बेशुद्ध पडण्याच्या बेतात आल्या होत्या आणि माझ्या पुढ्यातल्या तरुण पोरसवदा आईने पोराला पोटाशी धरले होते.

नेमके काय झाले होते कुणालाच काही समजत नव्हते. बाहेरच्या लोकांचा आरडाओरडा, खिदळणे, बसवर थपडा मारणे, फिदी फिदी हसणे वाढत चालले होते. बसमधली माणसे हताशपणे नुसती बघत होती. बाहेर कुणी बसखाली चिरडला की कुणी कुणाला सुऱ्याने भोसकले, कुठे आग लागली की कुठे कुणाचा खून पडला– कशाचा पत्ताच लागत नव्हता. मी बाहेरच्या माणसांकडे बघितले. चेहरेच चेहरे, तरुण, वृद्ध, मवाली, गबाळे, सुरूप, कुरूप अनेक चेहरे. पण मला त्यांचे वेगळेपणही जाणवत नव्हते. जणू साऱ्या गर्दीचा मिळून एकच चेहरा बनला होता. नव्हे, त्या गर्दीला चेहराच नव्हता. तिला होते फक्त डोळे. ज्यामध्ये हिंस्र हिडीस भाव होते. तिला होते हात, जे बसवर जोरजोराने थपडा मारत होते, दगड मारत होते. मी मनाशी तर्क करू लागले. माणसे हसत होती. त्याअर्थी ड्रायव्हरने अपघात केला नव्हता हे नक्की. पण मग झाले होते काय? ही माणसे अशी बेफाम, बेहोश का झाली होती? चालती बस त्यांनी का आडवली होती? ती का नाचत होती? खिदळत होती? मुख्य म्हणजे बस

ड्रायव्हरने, बसमधल्या निरुपद्रवी प्रवाश्यांनी असे काय केले होते की ज्यामुळे बाहेरचा जमाव असा अनावर होऊन बसला घेरून राहिला होता?

पाच दहा मिनिटे अशा ताणलेल्या अवस्थेत गेली. मग काय झाले कुणास ठाऊक! सारा जमाव जमला होता तसाच अचानक पांगला. ड्रायव्हरने बस पुन्हा चालू केली. जमाव मागे पडला. बस आपल्या रस्त्याला लागली. आता बसमधली माणसेही स्थिरस्थावर झाली. जरा शांतपणे ती झाल्या गोष्टींचा अंदाज घेऊ लागली. विचार करू लागली. प्रश्न विचारू लागली; आणि मग बसमध्ये बसलेल्या त्या तरुण मुलांनी सांगितले, रस्त्यावर पलीकडच्या गिरणीच्या की चाळीच्या कोण जाणे प्रशस्त आवारात सिनेमाचे शूटिंग सुरू होते. अमजदखान की शक्ती कपूर की रणजित तिथे रंगून उभा होता. आणि त्याला बघण्यासाठी माणसांची ही गर्दी जमली होती. आमची बस नेमकी त्या लोकांच्या गर्दीत शिरली होती. शूटिंग बघण्यात त्यामुळे व्यत्यय आला होता. म्हणून लोक चिडले होते आणि तो राग त्यांनी बसड्रायव्हरवर, बसवर, बसमधल्या प्रवाश्यांवर काढायला प्रारंभ केला होता.

झालेल्या घटनेचे कारण कळले तेव्हा बसमधले कुणी नुसते हसले, कुणी 'सालं पब्लिक' म्हणून गप्प झाले, कुणी सिनेमाच्या वाढत्या वेडाबद्दल नापसंती व्यक्त केली तर कुणी 'आजकाल मुंबई म्हणजे अगदीच ही झाली आहे! माणसांचा काही भरवसाच राहिला नाही' असे हताश उद्‌गार काढले. पण साऱ्यांच्या चेहऱ्यांवर एका अवघड प्रसंगातून सुटल्याचे समाधान प्रकट झाले होते.

मी मात्र मनातून हादरून गेले होते. एक पाच मिनिटे का होईना, गर्दीचे जे भयानक दर्शन मला घडले होते त्याने पोटात भीतीचा गोळा उठला होता. अगदी क्षुल्लक कारणाने माणसांमधला माणूस कसा हरवून जातो आणि गर्दीचाच एक प्रचंड राक्षस कसा बनतो त्याचा मला अगदी जवळून अनुभव आला होता. ती गर्दी म्हणजे जणू एक कबंध होते. तिला मेंदू नव्हता. तिला हृदय नव्हते. तिला दया, माया, सहानुभूती काही नव्हते. तिच्यामध्ये फक्त पाशवी शक्ती होती. जी कुठल्याही निमित्ताने मोकाट सुटू शकत होती, जी निमिषार्धात साऱ्या शांततेचा, सुव्यवस्थेचा, संरक्षणाचा विध्वंस करू शकत होती!

बस आपल्या गतीने पुढे चालली होती, भोवतालची मुंबई आपल्या गतीने सारे व्यवहार पार पाडत होती. मला मात्र काही दिसत नव्हते. काही ऐकू येत नव्हते. काही कळतही नव्हते.

■

काळाचे पाणी सर्वभर, दूरवर...

माझे काका खूप आजारी होते. तो त्यांचा अखेरचाच आजार ठरला. काकांच्या आजाराचे कळले तेव्हा मी त्यांना भेटायला गेले आणि मग वारंवार त्यांच्याकडे जाऊ लागले. मध्यंतरी आमचे संबंध पार तुटले होते. पण आता सारे मतभेद, भांडणे विसरून किती वर्षांच्या दुराव्यानंतर आम्ही पुन्हा एकत्र आलो होतो. काकांनीही पूर्वीचे काही ध्यानात ठेवले नव्हतेसे दिसले. ते अगदी मनमोकळे होऊन माझ्याशी बोलत. कित्येकदा जुन्या गोष्टीत रंगून जात. आतले खोल काही सांगत. मी त्यांच्या उशाशी बसे. गप्पा मारून त्यांची करमणूक करी. कधी त्यांचे हातपाय चेपून देई तर कधी माझ्या हाताने त्यांना दोन घास भरवी. असेच एकदा मी त्यांना विचारले,

"तुम्हाला अमुक एक काही खावंसं वाटतं का?"

काका क्षणभर स्तब्ध राहिले आणि मग काहीशा अपराधी भावनेने माझ्याकडे बघत हलकेच म्हणाले,

"म्हणतेच आहेस तर... थोडा सुका मेवा आणशील का माझ्यासाठी? बऱ्याच दिवसांत सुका मेवा खाल्ला नाही. खावासा वाटतोय."

इतकी साधी, क्षुद्र इच्छा. पण आज बिछान्याला खिळून असहाय झाल्यामुळे माझ्यापाशी ती बोलून दाखवताना काकांना ओशाळगत वाटत होती. मला जुने दिवस आठवले. काकांना सुका मेवा आवडायचा. ऋतुपरत्वे मिळणारी सगळी फळे आवडायची. मेवा, फळे ते आवर्जून विकत आणायचे. चवीने, चोखंदळपणे आम्हा मुलांना खाऊ घालायचे. स्वतः खायचे. कारकुनीच्या तुटपुंज्या पगारातही त्यांनी आम्हाला खायलाप्यायला कधी कमी केले नव्हते. खारीक खोबऱ्यासारख्या ऐपतदार खाऊचा आम्हाला खुराक लावला होता. दूध, मासे, मटन, अंडी

कशाची वाण पडू दिली नव्हती. त्यांच्या राज्यात आम्ही सुखी होतो. आणि तेच काका म्हातारपणी आपल्याला सुका मेवा खावासा वाटतो हे सांगताना अवघडून गेले होते. आपली इच्छा अजीजीने प्रकट करीत होते. मला गलबलल्यासारखे झाले. डोळ्यांत पाणी येऊ लागले. प्रयासाने आपल्या भावना लपवत मी सहज स्वरात त्यांना म्हटले,

"सुका मेवा ना! त्यात काय मोठं? उद्या मी घेऊन येते."

दुसऱ्या दिवशी मी बराचसा सुका मेवा खरेदी केला, काकांकडे आले आणि त्यांच्या उशाशी बसून बदाम, काजू, मनुका त्यांना भरवू लागले. भरवता भरवता मला एक चमत्कारिक भास झाला. मन एकदम भूतकाळात गेले. एक जुनी आठवण काळजाच्या तळातून उसळून वर आली. माझे वय तेव्हा दहाबारा वर्षांचे असेल. चारपाच दिवसांच्या तापाने मी आजारी पडले होते. आता ताप निघाला होता, पण अंगात खूप अशक्तपणा होता. तोंडाला अगदी चव नव्हती. त्यावेळी काका असेच माझ्या उशागती बसले होते आणि मोठ्या मायेने ते मला सुका मेवा भरवत होते. आता मला वाटले, बिछान्यावर काका नाहीत तर तेव्हाची ती 'मी' आहे, माझ्या जागी मी नसून तेव्हाचे काका आहेत आणि माझ्या रूपाने तेच बिछान्यावरच्या त्या मला काजू, मनुका, बेदाणे भरवत आहेत. तो भास इतका खरा होता! काळाचे चक्र गिरकी घेऊन फिरले होते. वर्तमान अदृश्य झाला होता. अनेक वर्षांपूर्वीचा भूतकाळ त्या जागी चपखल येऊन बसला होता.

काळाचे थर असे सतत मागे, पुढे, वर, खाली होत असतात. काळाची शास्त्रीय संकल्पना काय आहे, मला माहीत नाही. पण दैनंदिन जीवन जगताना, वेगवेगळी स्थळे पाहताना, विशिष्ट घटनाप्रसंगातून जाताना काळाची विचित्र हालचाल चमत्कारिक रीतीने जाणवत राहते. वातावरणाचे पडदे सतत फिरत बदलत आहेतसे वाटते. कधी काळ जागच्या जागी गोठून राहतो. कधी खूप मागचे काही घेऊन समोर येतो. कधी भविष्याला आपल्यासमोर आणून उभे करतो. कधी तो जवळून हलता हलत नाही तर कधी पाऱ्यासारखा बघताबघता हातातून सुळकन निसटून जातो.

माझ्या कॉलेजच्या दिवसांतली एक गोष्ट आठवते. उन्हाळ्याची सुट्टी नुकतीच लागली होती. कोणत्या कारणाने कुणास ठाऊक, घरातली झाडून सारी माणसे, अगदी लहान मुले सुद्धा आमच्या गावाकडच्या घरी गेली होती. खरे म्हणजे मी देखील त्यांच्याबरोबर जायची. पण ऐनवेळी माझा विचार बदलला. सुटीत आपण खूप वाचायचे, खूप अभ्यास करायचा असे मी ठरवले अन् त्यासाठी मागे राहिले. मला सोबत म्हणून आईही माझ्याबरोबर थांबली. ते पंधरा दिवस इतके कंटाळवाणे गेले. घरात मुळी काही घडतच नव्हते. सकाळचा चहा,

जेवण, झोप, पुन्हा दुपारचा चहा, रात्रीचे जेवण, झोप. सैंपाक दोघींचा, नाममात्र. दुसरेही काही काम नाही. मी ठरवले होते, आपण अभ्यास करायचा. पण त्या काळात मी एकाही पुस्तकाचे पान सुद्धा उलटून पाहिले नाही. मला वाचावेसेच वाटत नव्हते. घरात आम्ही दोघीच मायलेकी. बोलून बोलून सारखे बोलणार तरी काय? सगळे भकास वाटायचे. वेळ पुढे सरकता सरकत नसे. घरात नसलेल्या माणसांच्या सावल्या आसपास पडायच्या. त्यांच्या न बोललेल्या शब्दांचे पडसाद भोवती उमटायचे. आणि घरातली शांतता अधिकच गडद व्हायची.

अन् एक दिवस आई मला म्हणाली,

"अगं, तुझ्या लक्षात आलं का?"

कधी नव्हे तो आईच्या स्वरात उल्हास उमटल्यामुळे मी चमकून तिच्याकडे पाहिले. कुतूहलाने विचारले,

"काय लक्षात यायचं?"

"पंधरवडा आज संपला बघ." आई आनंदून म्हणाली, "बरं झालं बाई! नाही तर घर कसं खायला उठलं होतं!"

खरेच, पंधरवडा उलटून गेला होता. नंतरचे दोन दिवस भुर्रकन उडून गेले. परगावी गेलेली घरातली माणसे घरी परत आली. जमिनीत रुतून बसलेले काळाचे अवजड चाक करकरत पुन्हा फिरू लागले. दिवस नेहमीसारखे आपल्या गतीने जाऊ लागले.

काळाचे निश्चलपण आणखीही एकदा मला विलक्षण रीतीने जाणवलेले आहे. पुण्याला माझ्या भावाचे घर आहे. घराभोवती बाग आहे. एके दिवशी दुपारी या बागेत मी एकटीच बसले होते. रणरणत्या उन्हात बाग शब्दशून्य, स्तब्ध उभी होती. वरच्या निळ्याभोर आभाळात पांढरे विरळ ढग इथे तिथे पसरले होते. वारा अगदी पडला होता. एक पान हलत नव्हते. एक पाखरू बोलत नव्हते. चमेलीच्या, सायलीच्या वेलीवरल्या कळ्या दुपारच्या शांततेत संथपणे अंगाने भरत होत्या. टपोऱ्या होत होत्या. सुगंधाची आतल्या आत साठवण करत होत्या. कोपऱ्यातल्या शेवग्याच्या झाडावरचे एखादे टिकलीएवढे पान हलकेच गरगरत खाली येई. गुलाबाच्या पूर्ण उमललेल्या फुलाची एखादी पाकळी अलगद गळून सावकाश खालच्या काळ्याभोर मातीवर विसावे. कधी नव्हे ती बागेपुढल्या रस्त्यावरची रहदारी देखील थांबली होती, आसपासच्या साऱ्या बंगल्यांची दारे बंद होती. ती शांतता इतकी दाट, इतकी विलक्षण होती! बघता बघता तिचीच एक नशा माझ्या मनावर चढली. मला वाटले, मी बागेत नाही, तर उन्हाच्या समुद्राच्या खोल तळाशी आहे. माझ्याभोवती उन्हाचे पाणी दूरवर निश्चल पसरले आहे. आभाळ, सूर्य, ढग सारे काही जगाच्या आरंभापासून

या ठिकाणी आहे. मी देखील तेव्हापासून इथे आहे. या साऱ्यांचा मी एक अविभाज्य घटक आहे. मला स्वत:चे असे वेगळे अस्तित्वच नाही. त्या क्षणी मला एकदम शरीरातून मुक्त झाल्यासारखे वाटले. आनंदाचा की कसला तेही सांगता येत नाही, एक अननुभूत प्रत्यय मला आला. एक क्षणभरच तो भास टिकला असेल. पण तो इतका खरा होता, त्याचे खरेपण मला अगदी आतून जाणवत होते.

दुसऱ्याच क्षणी बागेचे फाटक उघडून कुणीतरी आत आले. मागोमाग शाळेत गेलेली मुले आली. घरात हालचाल सुरू झाली. दुपारच्या चहाच्या कपबश्यांचे आवाज कानांवर आले. आणि इतका वेळ सर्वभर विस्तारलेली मी पुन्हा माझ्या शरीरात, माझ्या घरात, माझ्या दैनंदिन जीवनात येऊन बसले. इतका वेळ गोठून राहिलेला काळाचा प्रवाहही विरघळला. नेहमीप्रमाणे पुढे चालू लागला.

कधी कधी गोठून बसणारा हा काळ एखादे वेळी भलत्याच घाईने अचानक धावत सुटतो. मी शाळेत शिकत होते त्या वेळी उन्हाळ्याच्या सुट्टीत आम्ही सर्व भावंडे पुण्याहून निघून आमच्या आजोळी जात असू. शाळेच्या बंदिस्त अन् शिस्तशीर वातावरणातून काही दिवसांपुरते सोडवणारी, सर्व प्रकारचे स्वातंत्र्य देणारी ही सुटी मनाला फार हवीहवीशी वाटायची. आजोळी माझी भावंडे तर माझ्याबरोबर आलेली असतच. पण मावसभावंडे, मामेभावंडे हीही सुटीसाठी तिथे येत. मग आम्ही सगळीजण मिळून काय काय गंमती करीत असू. आजोळी आजी अन् आजोबा आमचे भरपूर लाड करायचे. रोज एक चवीचा प्रकार करून आजी पोटभर जेवू घालायची. दोन्ही वेळा जेवावे, मन मानेल तसा धुडगूस घालावा, संध्याकाळी गावाबाहेर फिरायला जावे. अभ्यासाचे नाव नाही, शिस्तीचा काच नाही, आणि शाळेचा व्याप नाही! अशी ही अपूर्वाईची सुटी. तिला एकच वाईट खोड होती. ती बघता बघता भर्रकन संपून जायची.

सुटीचे दिवस संपत आले, की माझ्या मनाला हुरहूर लागून राही. मला आठवते, रोज दिवस संपला, संध्याकाळ होत आली की माझा जीव कासावीस व्हायचा. मनाशी मी म्हणायची, "आणखी एक दिवस गेला! आता आठच दिवस राहिले." संध्याकाळी आम्ही मागल्या अंगणात तऱ्हेतऱ्हेचे डाव मांडून खेळत असू. तुळशीवृंदावनात आजीने लावून ठेवलेली पणती तेवत असे. तेवढ्यापुरते मंद पिवळ्या उजेडाचे एक वलय निर्माण झालेले असायचे. भोवती काळोख दाटलेला असे. वरच्या आभाळात तारे चमकू लागलेले असत. अंगणातले दोडकीघोसाळीचे वेल स्तब्ध उभे असायचे. त्यांच्या पानात काळोख भरत राहायचा. स्वयंपाकघरातून दारावाटे उजेडाची तिरीप अंगणात यायची. फोडणीच्या वरणाचा वास दरवळायचा. भांड्यांचे आवाज कानांवर पडायचे. माझी भावंडे

खेळण्यात उड्या मारण्यात दंग असत. मी मात्र अतिशय उदास होऊन रोज "आता पाच दिवस राहिले, आता चार दिवस. आता तीनच दिवस..." असा हिशेब मनाशी करायची. त्यावेळी कधी कधी अत्यंत तीव्रतेने वाटायचे, दिवस संपूच नये. ही वेळ, ही घटका अशीच्या अशी कायम राहावी. जन्मदिवशी कुण्या रागीट परीने शाप दिल्यामुळे चातीच्या टोकाने जखम होऊन झोपी गेलेल्या राजकुमारीची इंग्रजी कथा मी नुकतीच वाचली होती. ती राजकुमारी झोपी गेली आणि त्या क्षणी तिच्या भोवतालचे सारे जग होते तसे, होते त्या अवस्थेतच थांबले. स्तब्ध, चलनवलनविरहित झाले. मला वाटे, आताही असाच काही चमत्कार व्हावा. हे अंगण, ही संध्याकाळ, हे तुळशीवृंदावन, पणतीचा हा मिणमिणता उजेड, अंगणातली ही झाडे, दोडकीघोसाळीचे हे वेल, कणाकणाने भरत राहिलेली ही रात्र, भोवती दाटलेला हा गूढ काळोख– यांतले काही सुद्धा इतके देखील बदलू नये. वर्षानुवर्षे हे असे, अगदी असेच असावे. आणि त्या साऱ्यांमध्ये असलेली मीही अशीच, याच अवस्थेत राहावी. मग पुण्याला जाणे नाही, शाळा नाही, काहीच नाही! त्या गोष्टीतल्यासारखे आपल्या भोवती रानगुलाबाच्या वेलींचे दाट कुंपण वाढेल आणि त्याच्याआड हे माझे लाडके जग अगदी सुरक्षित राहील! पण तसे होत नसे. सुटीचे दिवस विलक्षण वेगाने संपून जायचे आणि पुण्याला परत जाण्याची ती दुष्ट घटका समोर येऊन उभी राहायची. शाळा सुरू झाली की काळाची गती पुन्हा एकदम मंद होई आणि तो कंटाळवाण्या संथ गतीने एक एक पाऊल टाकीत चालू लागे.

कित्येकदा काळ हा वस्तूंशी, परिसराशी, तिथे वावरणाऱ्या माणसांशी निगडित असतो. शाळकरी दिवसांपासून तो एम. ए. चा अभ्यास करीपर्यंत वर्षानुवर्षे मी सतत सुटीमध्ये माझ्या आजोळी जात असे. माझ्या भोवतालच्या जगात खूप बदल होत होते. मीही देहाने, मनाने, समजुतीने वाढत होते. पण आजोळी आले की पुन्हा माझे बालपण परत येई. बदलत्या काळाबरोबर आजोळ मात्र मुळीच बदलले नव्हते. तो वाडा, ते मागचे अंगण, तिथे कोपऱ्यात उभा असलेला कडूलिंब, त्याच्यालगतची बाभळ–सारे अगदी जसेच्या तसे होते. इतकेच काय, माझ्या आजीआजोबांमध्ये सुद्धा मला काही बदल जाणवत नव्हता. काळाने त्यांना स्पर्श केला असलाच तर तो इतक्या मायेने, हळुवारपणाने केला होता की माझ्या डोळ्यांना तो कधी दिसलाच नाही. त्यामुळे आजोळी आल्यावर माझीही काळाची जाणीव नष्ट होऊन जाई. अशा वेळी मी वयाच्या दोन पातळ्यांवर एकाच वेळी सारख्याच समरसतेने, उत्कटतेने वावरत असे. एकीकडे एम. ए. ला नेमलेल्या नैषधीयचरितासारख्या ग्रंथात मी जितकी रमून जाई तितकीच दुसरीकडे बालपणापासून आजोळी बघत आलेली हातीमताई, गुलबकावली,

अरबी भाषेतील सुरस आणि चमत्कारिक गोष्टी यांसारखी पुस्तकेही तल्लीन होऊन वाचीत राही. वाढत्या वयानुसार जडलेल्या, कविता करणे, चित्रे काढणे अशा छंदांत रमताना वाड्यातल्या लहान लहान मुलींना घरी जमवणे, त्यांच्या बाहुल्यांची लग्ने लावणे किंवा दिवाळीत घरकुल तयार करून त्यांच्याबरोबर भातुकली खेळणे यामध्ये काही विसंगती आहे असे मला वाटत नसे. माझी दोन्ही वये माझ्यामध्ये एकाच वेळी गुण्यागोविंदाने एकत्र नांदत. काळाचे दोन स्तर एकमेकांत बेमालूम मिसळून जात.

हा अनुभव आणखी एकदा मोठ्या मजेदार रीतीने मला आला. माझा एक फार जुना विद्यार्थी एकदा आमच्या घरी आला. त्याला पाहिले आणि मन एकदम भूतकाळात गेले. किंवा भूतकाळच माझ्याकडे आला म्हटले तरी चालेल. मला त्या वर्षीचा तो बी. ए. चा ग्रुप, त्यावेळी त्यांना अभ्यासाला नेमलेली पुस्तके, त्या वर्गातली इतर मुले, मुली सारे आठवले. मी त्या विद्यार्थ्याशी मोठ्या आपुलकीने बोलू लागले. थोड्याच वेळाने माझी काही गफलत होत आहे हे त्या विद्यार्थ्याच्या ध्यानात आले. काही वेळ तो सभ्यपणे नुसताच जागच्याजागी चुळबुळत राहिला. पण मग त्याला राहावेचना. तो एकदम हसत सुटला. मी चकित होऊन प्रश्नार्थक मुद्रेने त्याच्याकडे बघत राहिले. तेव्हा तो मला म्हणाला,

“रागावू नका बाई मी हसलो म्हणून. पण तुमच्या बोलण्याची गंमतच वाटते आहे मला. अहो, मी तुमचा विद्यार्थी होतो त्याला आता दहा बारा वर्षं लोटून गेली आहेत. मध्यंतरीच्या काळात माझ्या आयुष्यात केवढ्यातरी घडामोडी झाल्या आहेत. माझे आईवडील आता खूप म्हातारे झाले आहेत. ते कोकणात गावी जाऊन राहिले आहेत. तुम्ही आमच्या घरी बघितलं होतं त्या माझ्या छोट्या बहिणीचं आता लग्न झालं आहे. माझं देखील लग्न होऊन किती वर्षे झाली. मला दोन मुलीदेखील आहेत...”

आता मलाही हसू आलं. माझ्या डोळ्यांसमोर माझा तो त्यावेळचाच विद्यार्थी होता. आणि त्या काळाच्या, परिस्थितीच्या संदर्भातच मी त्याची विचारपूस करीत होते. मध्यंतरी लोटलेल्या बारा वर्षांचा मला पार विसर पडला होता. त्या विद्यार्थ्याच्या रूपाने त्याचा नव्हे तर माझाच भूतकाळ माझ्यासमोर आला होता. त्या भूतकाळाला मी प्रेमाने कवटाळू बघत होते. अद्यापि तेच दिवस चालू आहेत अशा सुखद संभ्रमात बुडू बघत होते. पण माझ्या विद्यार्थ्याने काहीशा धसमुसळेपणाने वर्तमान माझ्यासमोर आणून उभा केला. भूतकाळाचा बुडबुडा पटकन फुटून गेला. माझे मन खिन्न झाले!

मला अनेकदा प्रश्न पडतो, काळाच्या थरांची ही सरमिसळ केवळ या जन्मापुरतीच चालू असते का? की तिचा संबंध मागच्यापुढच्या जन्मांशीही

जडलेला असतो? एक विचित्र अनुभव माझ्याप्रमाणे अनेकांना आलेला असेल. एखादे ठिकाण आपण पहिल्यांदाच बघत असतो. आणि तरीही तिचे आपल्याबरोबर हे सारे आपल्या फार ओळखीचे आहे, पूर्वी कधीतरी इथे आपण येऊन गेलो आहोत, इतकेच नव्हे तर इथे फार आपुलकीने, हक्काने वावरलो आहोत असे सारखे वाटत राहते. एकदा व्याख्यानासाठी मी एका आडबाजूच्या गावी गेले होते. गाव इतके लहान की तिथे पाहुण्यांची उतरण्याची सोय करावी असे बऱ्यापैकी हॉटेल सुद्धा नव्हते. अर्थात गावातल्याच एका घरी आमची व्यवस्था केली होती, घर जुन्या बांधणीचे, ऐसपैस, प्रशस्त होते. पुढे दगडी ओटी, पडवी, रुंद सोपा, मागे मंद काळोख असलेले माजघर, तसेच काळोखे स्वयंपाकघर, वरती तेल दिलेला काळाभोर लाकडी कडीपाट– ते घर मला एकदम अतिशय आवडले. तिथला थंड मंद उजेड आवडला. तेल्या रंगाच्या भिंती आवडल्या. पण त्याहीपेक्षा हे घर आपल्या फार फार ओळखीचे आहे, पूर्वी केव्हातरी इथे आपण राहून गेलो आहोत ही जाणीव मला फार तीव्रतेने झाली. बोलता बोलता मी घरातल्या मंडळींना विचारले.

"या घराला माड्या असणारच. नाही का?"

"हो. आहेत ना!"

"अन् पुढच्या माडीशी खिडकीबाहेर एक पिंपळ पण उभा असेल? सारखा सळसळणारा?" मी प्रश्न केला.

घराच्या मालकिणीला माझे बोलणे प्रशंसापर वाटले असावे. ती उत्साहाने म्हणाली,

"हो. पिंपळ आहे ना! माझ्या आजेसासऱ्यांच्या वेळेपासून तो तिथं आहे. तुमची उठण्याबसण्याची व्यवस्था आम्ही त्या माडीतच केली आहे. तिथं बघालच तुम्ही आता सारं काही!"

हातपाय धुऊन मी माडीवर गेले. खरोखरच खिडकीशी पिंपळ सळसळत होता. त्याला पाहून खूप जुन्या ओळखीचे कुणीतरी भेटावे तसा मला आनंद झाला. पण त्याबरोबर गळ्यात एक हुंदकाही दाटून आला. त्या घराच्या, त्या पिंपळाच्या रूपाने माझ्याच कुठल्यातरी गतजन्मीचा एक भाग अचानक आज मला सामोरा आला होता की काय? यालाच तर कालिदासाने जननान्तरीचे सौहार्द म्हटले नसेल?

मला हा जो विचित्र भास झाला त्याचे तार्किक स्पष्टीकरण देता येईल. माझ्या लहानपणी मी खेड्यामधल्या ज्या घरांतून राहिले आहे त्यांचा तोंडावळा बहुधा या घरासारख्याच असे. आणि अशा एखाद्या घराजवळ पिंपळाचे झाड असणेही अगदी स्वाभाविक आहे. माझ्या अबोध मनात ते चित्र कुठेतरी ठसले

असेल. आणि आता या आडगावी असलेल्या घरात पाऊल टाकताच त्या चित्रावरची धूळ पुसून जाऊन ते रंग ताजे झाले असतील. जुन्यानव्याचा सांधा बेमालूम जुळला असेल आणि यातच कुठेतरी मला झालेल्या भासाचे मूळ असेलही.

काही कळत नाही. सांगता येत नाही. एवढे मात्र खरे, काळाचे पाणी सर्वभर, दूरवर पसरलेले असते.

■

कॅलिडोस्कोप

मुंबईतला एक रस्ता, रस्त्याच्या कडेला एक छोटेसे दुकान. त्यात केक, बिस्किटे, पॅटिस, सामोसे असा माल विक्रीला ठेवलेला. काचेच्या उतरत्या चमकदार शोकेसमध्ये आकर्षक रीतीने मांडलेला. नीटनेटके, निर्मळ दुकान. सभ्य, हसतमुख विक्रेता, आदबशीर नोकर. दुकानात भेळपुरीसारखे इतर चटकदार खाद्यपदार्थ, चहा, कॉफी, कोल्ड्रिंक, आईस्क्रीम हेही मिळते. तर अशा या दुकानात दुपारच्या वेळी चहा घेण्यासाठी मी शिरले. एका टेबलापाशी जाऊन बसले. नोकराला चहाची ऑर्डर दिली. आणि काहीशा आळसट कुतूहलाने दुकानात येणाऱ्याजाणाऱ्या गिऱ्हाईकांकडे बघत राहिले.

नाताळ जवळ आलेला. त्यामुळे केक खरेदी करण्यासाठी दुकानात गिऱ्हाईकांची झुंबड उडाली होती. शोकेससमोर काही गिऱ्हाईके उभी होती. काचेआड मांडलेल्या केककडे खरेदीदाराच्या चोखंदळ नजरेने बघत होती. नाताळसाठी बनवलेले, गिऱ्हाईकांनी आधी ऑर्डर देऊन मुद्दाम बनवून घेतलेले नाना आकारांचे, रंगीत, सुंदर सुंदर केक. कुठे बंगला तर कुठे मोटार, कुठे मासा तर कुठे बदक. काही केक चौकोनी, काही त्रिकोणी, तर काही गुबगुबीत गोल. वर साखरेने केलेली वेलबुट्टी. मध्येमध्ये पानाफुलांची सुबक सजावट. त्यात बसवलेले चिमणे पक्षी, 'हॅपी ख्रिसमस' या इंग्रजी अक्षरांची अनेक वेलांटीदार वळणे. गिऱ्हाईके केक खरेदी करीत होती. विक्रेता सराईत हाताने पॅकिंग करून केक अदबीने गिऱ्हाईकाच्या पुढ्यात सरकवीत होता. पैशांची देवघेव चालली होती. इतक्यात एक तरुण पोरसवदा गिऱ्हाईक दुकानात शिरले. त्याच्याबरोबर त्याचा चारपाच वर्षांचा मुलगा होता. बापलेकांच्या चेहऱ्यांतले साम्य परक्या माणसालाही कळण्याजोगे ठळक होते. बापाने ऐटबाज सफारी सूट घातला होता. मुलाने गडद निळ्या रंगाची हाफपँट

घातली होती. अंगात निळ्या पांढऱ्या रेघांचा तंग टी शर्ट होता. मुलाच्या गोऱ्यापान रंगाला तो पोषाख फार खुलून दिसत होता. त्याच्या पायांत छोटे चकचकीत बूट होते, एकूण प्रकरण श्रीमंत असावे. मुलगा कमालीचा देखणा होता. चेहरा गोल, गाल फुगीर, जिवणी लालचुटूक. आणि उंच कपाळावरून मागे वळवलेल्या पिंगट सोनेरी केसांची मस्तकाभोवती तेजोवलयासारखी महिरप. नाताळचे दिवस असल्यामुळेच की काय कुणास ठाऊक, मला तो मुलगा इंग्रजी साहित्यात वर्णने वाचलेल्या देवदूतासारखा वाटला. मी त्याच्याकडे कौतुकाने बघत राहिले. आणखी थोडा वेळ असाच गेला असता तर तो मुलगा मला कदाचित विश्वकल्याणासाठी अवतरलेल्या बालयेशूसारखाही दिसला असता. पण इतक्यात एक विलक्षण घटना घडली, आणि काव्यमय कल्पनांच्या अंतराळात विहार करणारे माझे मन खाडकन जमिनीवर येऊन उतरले.

झाले काय तर शोकेससमोर उभ्या असलेल्या त्या तरुण बापाने खाली वाकून मुलाला प्रेमाने विचारले, "तुला यातला कुठला केक हवा?" त्यावर त्या चिमुकल्या देवदूताने कपाळाला आठ्या घालून अगदी चिकित्सकपणे काचेआडच्या त्या वेगवेगळ्या केकचे निरीक्षण केले आणि मग त्याने आपला उजवा पाय उचलून थाडकन काचेवर एका ठिकाणी मारला. नंतर बापाकडे नजर वळवून शांतपणे तो म्हणाला, "पपा, मला हा केक पाहिजे!"

त्या गोजिरवाण्या मुलाची ती आडदांड धटिंगण कृती इतकी अनपेक्षित होती की, दुकानातल्या साऱ्या माणसांना धक्काच बसला. सर्वांचे डोळे तिकडे वळले. मग कुणी कपाळावर हात मारून घेतले. कुणी पाहूनही न पाहिल्यासारखे केले. दुकानदाराने आपला सगळा राग गिळून पराकाष्ठेचा संयम राखला. आणि शांतपणे त्या मुलाला हवा असलेला केक काढून, पॅक करून तो मुलाच्या बापाच्या हाती दिला. मुलाच्या वर्तनाने बाप कमालीचा ओशाळला होता. त्याने तोंडातल्या तोंडात दिलगिरीचे काही शब्द पुटपुटत केक घेतला. पैसे चुकते केले आणि घाईघाईने तो मुलाला घेऊन दुकानातून निघून गेला.

ते देवदूतासारखे दिसणारे गोड पोरटे सैतानासारखी कृती करून दुकानातून निघून गेले खरे, पण ते गेल्यावरही एक प्रकारचा ताण, एक अस्वस्थता बराच वेळ मागे दुकानात रेंगाळत राहिली; काचेवर ओरखडा उठावा, नितळ पाण्यात खडा पडून ते गढूळ, गोंधळलेले व्हावे तसे काहीतरी झाले होते. त्या मुलाच्या वयाशी, रूपाशी आणि त्याच्या मुद्रेवरच्या निरागस बालभावाशी पूर्णपणे विसंगत असे वर्तन त्याने इतक्या सहजपणे केले होते की, त्यामुळे आपल्या नेहमीच्या परिचित, सरावाच्या जगाचा तोलच कुठेतरी ढळल्यासारखे वाटत होते. इतरांचे काही सांगता येत नाही, पण निदान मला तरी क्षणभर गरगरल्यासारखे झाले

खरे. माझ्या पुढ्यातल्या चहाची चव गेली. दुकानातल्या सुंदर सुंदर केकची शोभा फिकी पडली. वातावरणातली प्रसन्नता कोमेजली. मी चहाचा एक घोट घेतला, दुकानदाराचे पैसे चुकते केले आणि दुकानाबाहेर पाऊल टाकले.

मला आणखी एक असाच प्रसंग आठवला. कॉलेजमध्ये पहिल्या वर्षाला शिकणारी एक विद्यार्थिनी. लाजरी बुजरी, भित्री, निष्पापपणाची पुतळीच वाटावी अशी कोवळ्या वयातली पोर. वर्गात कधी तिने पुस्तकातली नजर वर उचलू नये की, कधी शिकवणाऱ्या प्राध्यापकांच्या डोळ्यालादेखील डोळा देऊ नये. आम्हा साऱ्या शिक्षकांना ती मुलगी भारी आवडे. मला तिचे ते इतके लाजरे अबोलपण कधी कधी थोडेसे अस्वाभाविक वाटे हे खरे. पण तरीही तिच्याविषयी माझ्या मनात फार आपुलकी होती. आणि मग एक विचित्र घटना घडली. कॉलेजच्या लेडीज कॉमनरूममधून मुलींच्या सामानाच्या चोऱ्या होऊ लागल्या. कुणाचे पेन गेले. कुणाच्या मनीपर्सेस गायब झाल्या. कुणाच्या पुस्तकांना पाय फुटले. आजवर कॉलेजात असे कधी घडले नव्हते. लेडीज कॉमनरूमची देखरेख ज्यांच्याकडे सोपवलेली होती त्या प्राध्यापिकाबाईंनी बारकाईने तपास चालविला आणि चार दिवसांत चोराचा पत्ता लागला. ती गोड निरागस पोरगीच या सर्व चोऱ्यांच्या मुळाशी होती. एकदा बाईंच्या ते ध्यानात आले आणि मग घाबरून तिने सारेच पटापट सांगून टाकले, चोरलेल्या वस्तूही परत केल्या. पैसे मात्र तिने खर्च केले होते. प्राध्यापिका, प्रिन्सिपल यांनी तिला सहानुभूतीने वागवले. तिला अनेक प्रश्न विचारले. घरची परिस्थिती वाईट आहे का? बाप व्यसनी आहे का? भाऊ बेकार आहे का? पण तिने अजिबात उत्तर म्हणून दिले नाही. ती मख्खपणे नुसती उभी राहिली होती. खाली मान घालून. ओठ घट्ट मिटून. तिला कुणी शिक्षा केली नाही. प्रिन्सिपल दयाळू. त्यांना वाटले, कोवळ्या वयातल्या एका चुकीने त्या मुलीचे पुढचे सारे आयुष्य बरबाद होऊ नये. पण एवढी मोठी क्षमाशीलताही त्या बालगुन्हेगार मुलीला परवडली नाही. झेपली नाही. ती अधिकच घुमी, अधिकच अबोल बनली. स्वतःभोवती तिने जणू एक कठीण कवच निर्माण केले आणि शंखात शिरणाऱ्या गोगलगायीप्रमाणे ती त्या कवचात दडून बसली. आणखी जेमतेम एक वर्ष तिने कॉलेजात काढले. नंतर ती कॉलेज सोडूनच गेली. त्यानंतर तिचे काय झाले हे आजतागायत मला कळलेले नाही. पण अजूनही कधीतरी ती मुलगी मला आठवते. तिचा निरागस चेहरा, निर्मळ डोळे मनासमोर तरळून जातात आणि मी अस्वस्थ होते. वाटते, काय प्रकार होता हा सारा? नेमके काय घडले होते?

हे असे आपल्याभोवती कितीदातरी घडताना आपल्याला दिसत असते. संसारात पूर्ण रमलेली एखादी गृहिणी अचानक घर सोडून कुणाबरोबर तरी

निघून गेल्याची वार्ता कानावर येते. ज्याच्या तोंडावरची माशी उडणार नाही असा दुबळा माणूस कुणाचा तरी धाडकन खून करतो आणि स्वत: होऊन आपल्या गुन्ह्याची वर्दी देण्यासाठी पोलीस स्टेशनवर हजर होतो. जन्मभर पैशाला पैसा जोडीत काटकसरीने उभे आयुष्य जगणारा माणूस जन्माची कमाई एखाद्या लोकोपयोगी संस्थेला देऊन म्हातारपणी पुन्हा आनंदाने कफल्लक बनतो. आयुष्याचा पूर्वार्ध समाजकार्यासाठी बेधडक उधळून देणारा एखादा विचारवंत म्हातारा झाला की पै न पै कृपणासारखी जपू लागतो. एकच क्षण. तो मोहाचा म्हणा. कोंडून ठेवलेल्या वासनाविकारांच्या स्फोटाचा म्हणा, पण कधीतरी तो येतो आणि मग माणसाचे एक नवेच रूप प्रकट होते! कॅलिडोस्कोप आपणा सर्वांच्या परिचयाचा आहे. त्याला एक लहानसा झटका दिला की आतली रंगीत आकृती पूर्णपणे बदलते, आणि तिथे एकदम एक नवी आकृती आपल्या डोळ्यांसमोर येते. ही आकृती आधी कुठे होती? त्या पहिल्या आकृतीच्या पोटातच ती दडलेली होती का? माणसांच्याही बाबतीत असेच घडते? एका माणसामध्ये अशी आणखी किती माणसे दबा धरून बसलेली असतात? ती अनपेक्षितपणे कशी बाहेर येतात? कोणत्या नियमांनुसार? जी. ए. कुलकर्णी यांच्या एका कथेत एका गायीचे शब्दचित्र रेखाटलेले आहे. अत्यंत गरीब, गुणी, मायाळू, पोरांना आपल्या पाठीवर देखील खेळू देणारी ही गाय एके दिवशी अचानक चिडते. आपल्या मालकाला धक्का देऊन खाली पाडते, आणि चिखल तुडवावा त्याप्रमाणे त्याला कचाकच पायाखाली तुडवते. मी हे वाचले तेव्हाही मला असाच प्रश्न पडला होता की त्या इतक्या गरीब गायीमध्ये ही हिंस्र गाय कुठे लपून बसलेली होती? माणसे काय, पशू काय, भोवतालची परिस्थिती काय किंवा निसर्ग काय– एकाखाली एक हे अज्ञात थर, ही अनपेक्षित रूपे असतात तरी किती?

श्रेष्ठ साहित्य आपल्याला नाना प्रकारे जीवनदर्शन घडवत असते. त्या दर्शनाचा एक महत्त्वाचा भाग म्हणजे त्यातून व्यक्त होणारे माणसाचे हे बहुरूपित्व. कलावंतांच्या समर्थ लेखणीचा स्पर्श होतो आणि साध्या सरळ, राजनिष्ठ मॅकबेथमधून अफाट महत्त्वाकांक्षेने पछाडलेला, त्यासाठी साऱ्या सदसद्विवेकबुद्धीचा गळा दाबून तिला मारून टाकणारा दुसराच कुणी मॅकबेथ बाहेर येतो. स्वप्नरम्य आदर्शवादात रमलेल्या हॅम्लेटची जागा सर्व जगाकडे संशयाने आणि तुच्छतेने बघणारा एक सिनिकल हॅम्लेट घेतो. या लेखणीची किमया घडते आणि सत्यवचनी धर्मराज एका क्षणी अगदी सामान्य माणसासारखा खोटे बोलण्यास प्रवृत्त होतो. द्रौपदीच्या उत्कट पतिप्रेमात कर्णाविषयी सूक्ष्म आसक्ती दडून राहिलेली असते. सीतेच्या निर्मळ विशुद्ध मनात लक्ष्मणासारख्या सेवाभावी दिराविषयी येऊ नये तो किंतु येतो आणि ती त्याला हवे तसे टाकून बोलते. शेक्सपियर, व्यास,

वाल्मीकी यांच्यासारख्या थोर कलावंतांना माणसांत दडलेल्या या अनेक माणसांची चांगली जाण असते आणि ते ती माणसे एकातून एक प्रकट होताना आपल्याला दाखवतात. कॅलिडोस्कोप फिरत राहतो. आकृतीतून आकृती उमटत जातात. जे ओळखीचे असते ते क्षणार्धात अनोळखी बनते. सुंदराला असुंदर, कुरूप असे काही व्यापून टाकते. भित्र्याचे शूरात रूपांतर होते. तर शूर हा अचानक भ्याड, दुबळा होतो. शेक्सपियरसारख्या मोठ्या कलावंताची तर गोष्टच सोडून द्या. पण ज्यांनी आयुष्य खूप पाहिले आहे, अनुभविले आहे अशा माणसांनाही माणसांचे हे अनेकपदरी व्यक्तित्व चांगले उमगलेले असते. सुप्रसिद्ध अभिनेता अँथनी क्विन याची एक मुलाखत मी कुठेतरी वाचली होती. अँथनीला स्त्रिया चटकन वश होत असत. मुलाखत घेणाऱ्याने त्याला प्रश्न केला,

"तुम्हाला अनेक स्त्रियांचं प्रेम लाभलं. स्त्रियांना वश करणारी अशी कोणती जादू तुमच्यापाशी आहे ते जरा मला सांगाल का?"

त्यावर अँथनी क्विनने चटकन उत्तर दिले, "मी राणीशी वेश्येबरोबर वागावे तसा रंगेलपणाने वागतो तर वेश्येला राणीसारखी सन्मानाची, गौरवाची वागणूक देतो. कारण मला हे माहीत आहे की प्रत्येक राणीत एक वेश्या दडलेली असते तर प्रत्येक वेश्येत एक राणी वास करीत असते!"

अँथनी क्विनचे हे उद्‌गार वरवर विक्षिप्त वाटतात. पण त्यात तथ्य आहे हे आपणांस नाकारता येत नाही. एका माणसात दडलेल्या अनेक माणसांची अँथनी क्विनला जाण असल्याचेच त्याच्या उत्तरावरून सिद्ध होते. ही वेगवेगळी माणसे एकमेकांशी फटकून वागतात, कित्येकदा एकमेकांशी कडाडून भांडतात देखील. एकाच शरीरात या अनेकांना एकत्र नांदवणे अनेकदा अवघड होऊन बसते. मग माणसाचा कधी हॅम्लेट होतो तर कधी अर्जुन होतो. आणि हे भांडण अखेरपर्यंत संपत नाही.

श्रीकृष्णाने अर्जुनाला जेव्हा विश्वरूप दाखवले तेव्हा अर्जुन घाबरला, कावराबावरा झाला आणि त्याने श्रीकृष्णाला विनवले, "तुझे हे विराट रूप आवरून घे. मला तुझे नेहमीचे सावळे, चतुर्भुज, माझ्या ओळखीचे रूप बरे वाटते. ते प्रिय रूपच मला पुन्हा बघू दे!" विश्वरूप केवळ अर्जुनालाच दिसले असे नाही. ते आपल्यालाही दिसते. कधी स्वतःत, कधी इतरांत. मग आपणही घाबरतो. आणि माणसांची साधी, सरळ, परिचित एकेरी रूपेच आपल्याला बरी वाटतात.

पण कधी कधी कॅलिडोस्कोपला अचानक धक्का बसतो. आणि जुन्या आकृतीतून नवी आकृती उमटते. अचानक. अनपेक्षित.

■

मिस्टर कॉम्प्लिमेन्ट

आमच्या परिचयाचे, परिचयाचे म्हणण्यापेक्षा आमच्या निकट वर्तुळातले एक गृहस्थ आहेत. आम्ही त्यांचे नाव 'मिस्टर कॉम्प्लिमेन्ट' असे ठेवले आहे. कारण हे गृहस्थ सतत इतरांची स्तुती करीत असतात. सतत सर्वांना कॉम्प्लिमेंट्स देत असतात. एखादी तरुण मुलगी दिसली तर "वा! आज काय सुंदर दिसते आहेस?" असे ते तिला म्हणतील. तिच्या साडीची, तिच्या वेणीची, तिने कानांत घातलेल्या नव्या कर्णभूषणांची, तिच्या हातातल्या पर्सची ते आवर्जून दखल घेतील. तिने पोषाखात साधलेल्या रंगसंगतीचे ते कौतुक करतील. तरुण मुलगीच कशाला, वयाच्या कुठल्याही टप्प्यावर उभी असलेली स्त्री असो, 'मिस्टर कॉम्प्लिमेंट' तिच्या रंगारूपाचे, कपड्यांचे, केशभूषेचे गोडवे गाणारच. बरे. हे करताना त्यांच्या मनात, डोळ्यांत, चेहऱ्यात कसल्याही वावग्या भावनेचा लेश सुद्धा नसतो. त्यामुळे कोणत्याही वयाच्या बाईला त्यांची स्तुती ऐकताना अवघडल्यासारखे वाटत नाही किंवा मनात कसला अंदेशा येत नाही. मिस्टर कॉम्प्लिमेंट यांचे एकूण व्यक्तिमत्त्वच इतके अघळपघळ, भाबडे, घरगुती आहे की बायका, तरुण मुली त्यांच्याशी कमालीच्या मनमोकळेपणाने वागतात. तरुण मुली त्यांना सहसा 'काका' या संबोधनाशिवाय हाक मारीत नाहीत. कॉन्व्हेंटमध्ये जाणाऱ्या मुली असल्या तर त्या त्यांना 'अंकल' म्हणतील. आणि बाकी कोणत्याही वयातल्या बायका असोत, त्या त्यांना सरसकट 'नाना' म्हणतात. मग त्यात नुकतीच मातृपदाला पोहोचलेली एखादी तरणीताठी मुलगी असो की, साठी उलटून गेलेली एखादी प्रौढा असो. मिस्टर कॉम्प्लिमेंट आपले साऱ्यांचे नानाच. माणूस खरोखरच इतका छान, निर्मळ आहे की, कुणाकडेही गेला तर तो थेट त्यांच्या स्वयंपाकघरात जाऊन, तिथे पाट मांडून, घरातल्या गृहिणीशी गप्पा मारण्यापर्यंत मोकळा होतो. आणि त्याच्या त्या

वागण्याने कुणाला अवघडल्यासारखेही होत नाही. एकूणच सर्व परिचितांमध्ये नाना हे भारी लोकप्रिय आहेत. तसे ते जगन्मित्रच आहेत.

अर्थात याने काहीच बिघडत नाही. कारण पुष्कळ माणसे अशी अनौपचारिक घरगुती स्वभावाची असतात. मला नानांचे आश्चर्य वाटते ते एका वेगळ्याच कारणाने. नाना आपले ज्याला त्याला सतत कॉम्प्लिमेंट्स देत असतात. वरती मी स्त्रियांचे उदाहरण दिले, पण नानांच्या स्तुतिशब्दांना लहानमोठे, स्त्रीपुरुष, आपलेपरके असला आपपरभाव मुळीच ठाऊक नाही. समोर माणूस दिसले रे दिसले की नानांच्या स्तुतीचा ओघ अखंड सुरू झालाच म्हणून समजावे. शाळकरी विद्यार्थी, संसारी गृहिणी, रस्त्यावरचा फेरीवाला, नवशिका लेखक, होतकरू गायकगायिका, आभाराचे भाषण करणारा किरकोळ वक्ता–कुणीही असो, नाना त्याच्या क्षुल्लक कर्तृत्वालाही खूप वर चढवतात. 'परगुणपरमाणून्पर्वतीकृत्य नित्यं' हे वर्णन नानांना जेवढे लागू पडते तेवढे ते माझ्या माहितीतल्या इतर कुणालाही लागू पडणार नाही.

या स्वभावाचा नानांच्या भाषेवर फार मजेदार परिणाम झाला आहे. दिवसभर नाना जे बोलतात त्यातले निम्मे शब्द तरी स्तुतिपरच असतात. 'छान' हे नानांच्या टाकसाळीतले अगदी कमी किमतीचे नाणे आहे. तिथून जी सुरुवात होते ती उत्तम, उत्कृष्ट, अप्रतिम, अभूतपूर्व अशा एकापेक्षा एक चढत्या विशेषणाची शिखरे चढत चढत शेवटी 'लाजवाब' किंवा 'जवाब नहीं' या हिंदी विशेषणापर्यंत येऊन ठेपते. हो, ती एक गंमतच आहे. केवळ मराठी शब्द वापरून नानांचे कधीच समाधान होत नाही. चिल्लर मराठी विशेषणांच्या जोडीला ब्यूटिफुल, एक्सलंट, वंडरफुल– आणि कधी कधी चांगल्या अर्थाने ऑफुल अशी इंग्रजी विशेषणे ते वापरतात. मराठी इंग्रजी शब्दांनी जर मनोभाव पुरेसा व्यक्त झाला नाही तर नाना गुजराती आणि बंगाली भाषेचाही आधार घेतात. म्हणजे नानांना या दोन्ही भाषा चांगल्या अवगत आहेत असे नाही. पण 'घणू सरस लागे छे' किंवा 'भालो शुंदर' एवढी विशेषणे नानांना ठाऊक आहेत. त्यांचाही ते वेळप्रसंगी वापर करतात. त्यामुळे नानांच्या भाषेला एक 'सेक्युलर' ढंग आला आहे. ती अधिक रंगतदार झाली आहे. आणि समोरच्या माणसाला अक्षरशः मूक करून टाकणारे एक अजब सामर्थ्यही तिच्यात उतरले आहे.

सर्वांत गंमतीची गोष्ट अशी की, नानांच्या या स्तुतीने कुणी फसत असेल असे मला वाटत नाही. नानांनी असे बोलावे आणि इतरांनी ते ऐकून घ्यावे असा जणू नाना आणि जग यांच्यामध्ये एक अलिखित करारच झालेला आहे. नाना जीव तोडून स्तुती करीत असतात, आणि माणसे हसत हसत ती ऐकून घेतात. त्यांतही एखादा अतिप्रांजल माणूस जर नानांना अडवू लागला, त्यांच्याशी प्रतिवाद

करू लागला तर नाना 'तुम्ही गप्प बसा हो!' तुम्हाला काय कळतंय?' 'मला तुम्ही सांगताय काय?' अशी ठेवणीतली शस्त्रे काढून त्यालाच नामोहरम करतील आणि त्यांचे चांगुलपण त्याला कसे आकलन झालेले नाही हे उलट त्यालाच पटवून देतील. म्हणून नाना आपली स्तुती करू लागले की, त्यांच्याशी वाद घालायच्या भानगडीत न पडता ते म्हणतील तेवढे सर्व निमूटपणे ऐकून घेणे हेच आपल्याला जास्त सोयीचे पडते.

'अकलेचा असा एकही सिंहगड नाही की ज्यावर घोरपड लावायला डोणागिरीचा कडा नाही' असे एक मोठे मार्मिक वाक्य गडकरी लिहून गेले आहेत. अत्यंत धूर्त व चतुर माणसांच्या स्वभावातही स्तुतीला वश होणारा एक दुबळा भाग असतो व लबाड माणसे त्याचा फायदा उठवतात असा गडकऱ्यांच्या विधानाचा आशय आहे. पण नानांना आपल्या स्तुतीने असे कुठलेही सिंहगड काबीज करायचे नसतात. त्यांची स्तुती पूर्ण निरपेक्ष असते.

हे असे अक्षय स्तुतीने फेसाळत राहाणे आणि दिसेल त्या व्यक्तीवर, पुढ्यात येईल त्या वस्तूवर शब्दांचे बुडबुडे उडवणे या गृहस्थांना कसे परवडते? कुठल्या तरी भयानक मानसिक रितेपणापासून त्यांची ही गरज निर्माण झाली असेल का? कसल्यातरी न्यूनगंडाने पछाडल्यामुळे साऱ्यांनाच ते सतत चांगले चांगले म्हणत असतील का? दिसेल त्या गोष्टीत न्यून काढणारी, स्तुतीचा एखादा शब्द देखील अगदी जिवावर आल्याप्रमाणे सोन्यामोत्याच्या मोलाने वापरणारी कद्रू, कुत्सित माणसे आपण दरदिवशी बघत असतो. एकूण मराठी माणसाचा स्वभावच मुळी एकदम कशाने वाहून न जाण्याचा, वारेमाप स्तुतिशब्द न उधळण्याचा आहे. तो तसा का झाला असेल हा देखील एक मनोरंजक प्रश्न आहे. मराठी माणसांचे ठळक वैशिष्ट्य दोष दाखवणे, उणिवा काढणे, खवचट किंवा कुचक्या शब्दांत दुसऱ्यांना टोमणे मारणे हे आहे. अशा या काटेरी झाडांनी भरलेल्या आपल्या ओबडधोबड, दगडाळ भूमीत मिस्टर कॉम्प्लिमेंटसारख्या इवल्याशाही धक्क्याने टपटप फुले गाळणाऱ्या प्राजक्ताचा कसा काय संभव झाला असेल? अर्थात प्राजक्तही मराठी भूमीतच फुलणारे एक झाड आहे. पण आपल्याकडे प्राजक्त थोडे, बोरीबाभळी जास्त. त्यामुळे आपण समाजात वावरताना ओरबाडून घेण्याच्या, रक्तबंबाळ होण्याच्या तयारीनेच मुळी घराबाहेर पडत असतो. अशा वेळी मिस्टर कॉम्प्लिमेंटसारखा माणूस अनपेक्षितपणे भेटला तर तो आपली मोठी पंचाईत करून टाकतो. टीकेला प्रतिटीका, टोमण्याला प्रतिटोमणा देण्यासाठी पाजळून ठेवलेली आपली जीभ या माणसापुढे अक्षरशः अवाक् बनते. कुत्सितपणाला प्रतिसाद देणे सोपे आहे. पण धो धो अंगावर येऊन आपल्याला गुदमरून टाकणाऱ्या स्तुतीच्या या प्रवाहाला कसे तोंड द्यायचे? तेही

शंभरातल्या नव्याण्णव वेळा आपण या स्तुतीला बिलकूल पात्र नाही असे आपली मनोदेवता आपल्याला बजावून सांगत असताना?

नवलाईची गोष्ट अशी की मिस्टर कॉम्प्लिमेंट हा फार प्रामाणिक माणूस आहे. स्वत:चा काही स्वार्थ साधण्यासाठी किंवा घडीभर तुम्हाला खूष करून तुमच्याकडून आपला काही मतलब सिद्ध करून घेण्यासाठी मिस्टर कॉम्प्लिमेंट तुमची स्तुती करीत असतात असे नाही. त्या त्या क्षणी त्यांना ती ती गोष्ट खरोखरच चांगली वाटत असते. अगदी मनापासून वाटत असते. त्या माणसाचा खरेपणा त्याच्या शब्दांपेक्षाही त्याच्या चर्येवरून, त्याच्या डोळ्यांमधून आपल्याला जाणवत असतो. मला तर कधी कधी त्यांच्या निर्भरपणाचा, उचंबळत्या आनंदाचा हेवा वाटू लागतो. नाना अडचणींनी, संकटांनी, स्वभावांच्या बहात्तर खोडींनी आणि कित्येकदा तर निखळ दुष्टपणाने भरलेल्या या जगात हा माणूस एखाद्या लहान मुलाच्या निरभ्र, निरागस वृत्तीने वावरतो तरी कसा? त्याच्या अंगाला, मनाला कधीच कसला ओरखडा उठत नाही? कसलीच गोष्ट त्याला आतून, अगदी आतून झोंबत येणारी चीड, तिटकारा आणीत नाही? क्षुद्र हलकटपणाचे उघड उघड दर्शन त्याला कधी संतापाने लाल करून सोडीत नाही? या माणसाला भाबडा म्हणावे की, कोडगा म्हणावे? पाण्यासारखा नितळ, प्रवाही, येईल त्या गोष्टीला क्षणभर प्रतिबिंबाच्या रूपाने हृदयात ठाव देणारा म्हणावे की वाऱ्यासारखा कशातूनही अलगद निसटून जाणारा म्हणावे?

मला तरी हे कोडे अद्याप उलगडलेले नाही. आणि यापुढेही ते कधी उलगडेल असे वाटत नाही. आपल्याभोवती अनेक विचित्र, अनाकलनीय, गूढ गोष्टी वावरत असतात. जन्म चालला तरी आपल्याला त्याचा उलगडा होत नाही. मिस्टर कॉम्प्लिमेंट ही अशीच आपल्या वाट्याला आलेली एक गोष्ट आहे असे समजून मी त्याचा स्वीकार करून टाकला आहे. मित्रमैत्रिणींच्या वर्तुळातला एक अपरिहार्य घटक म्हणून आम्ही साऱ्यांनीच त्यांना आत्मसात केले आहे. ते सतत आमच्यामध्ये असणार आहेत. सर्वांची सारख्याच समभावाने स्तुती करणार आहेत. सर्वांना अवघडल्यागत करून सोडणार आहेत आणि गंमत म्हणजे यांतले काहीही त्यांना स्वत:ला कधी समजणार नाही, कधी जाणवणार नाही. फार काय सांगावे, आता हा लेख जरी मी त्यांना वाचून दाखवला तरी त्यातली मख्खी त्यांना कळणार नाही. ते उत्साहाने उसळत म्हणतील, ''वा! काय छान लेख आहे! एक्सलंट!''

■

शब्दांचे चेटूक

माझे वय तेव्हा तीनचार वर्षांचे असेल. मी नुकतीच काही शब्द बोलायला शिकले होते. अडखळत, धडपडत त्या शब्दांचा वापर करू लागले होते. आणि एके दिवशी स्वयंपाकघरामध्ये चुलीत घातलेल्या लाकडावरून एक लाल रंगाची अळी चालताना दिसली. लाकडाची धग लागल्यामुळे अळी घाबरून इकडे तिकडे धावत होती. आईने अळीला काडीवर उचलून घेतले आणि तिला जीवदान दिले. अळीचा रंग गडद लाल होता. आई म्हणाली, 'कशी लाल लाल अळी आहे!' आईच्या तोंडचा 'लाल' हा शब्द मला अपरिचित होता. मी विचारले, 'लाल म्हणजे काय?' मग आईने मला समजावून सांगितले. रंग कसे असतात त्यांची कल्पना दिली. मला तो 'लाल' शब्द इतका आवडला म्हणून सांगू! लाल, लाल, लाल! त्या शब्दाला सुंदर, रुमझुमणारा नाद होता. एखाद्या लिमलेटच्या गोळीसारखा मी तो शब्द तोंडात विरघळत ठेवला. मग जिथे म्हणून मला लाल रंग दिसेल तिथे तो शब्द वापरण्याची हौस मी भागवून घेऊ लागले. लाल लाल पतंग, लाल लाल फूल. लाल लाल झगा. लाल लाल अळी. लाल लाल कळी! कित्येकदा तर केवळ 'लाल' शब्द उच्चारता यावा म्हणून मी कशालाही 'लाल' म्हणे. चहात दूध कमी झाले की मी म्हणावे, 'अहा! लाल लाल चहा!' आई म्हणे, 'वेडे, तो चहा काय लाल आहे?' मी हट्टाने म्हणायची, 'हो लालच.'

पहिल्यांदा बोलता येऊ लागले तेव्हापासून तो आजतागायत शब्दांशी माझे अतूट नाते जडलेले आहे. आणि शब्दांनी माझ्या मनात अपार कुतूहल जागवले आहे. लहानपणी एकेक शब्द शिकत गेले आणि अनुभवाचे एकेक दालन खुले होत गेले. पण त्या वयात अर्थापेक्षा नादानेच मन भरून जायचे.

घरात बायकांच्या तोंडून ओव्या, घरगुती गाणी, लहान मुलांना रंजवताना, भरवताना, आंदुळताना म्हटलेली गाणी ऐकली आणि शब्दांबरोबर गाण्यातला नाद, लय, ताल यांचे संस्कार मनावर झाले. आमची आजी लहान मुलींना खेळवताना एक गाणे म्हणायची–

हीं सोन्याची सखुबाई बरं का!
हिला बाजारीत नेऊ नका बरं का!
हिला पोरं मारतील बरं का!
हिचा खाऊ चोरतील बरं का!

हे गाणं पुढे बरेच चालायचे. पण त्यातले 'बरं का' हे शब्द आजी अशा ठसक्यात म्हणायची! आम्ही मुले तेवढेच शब्द 'कोरस' म्हटल्यासारखे आजीबरोबर म्हणत असू. म्हणताना फार गंमत वाटायची आणि अगदी खदखदून हसू यायचे.

शब्दांच्या अर्थाशी त्या काळात फारसे कर्तव्य नसायचे. शब्दांच्या नादातली पुनरुक्ती, त्यातून निर्माण होणारी नादांची वलये यांची गंमत पुरेशी होती. आमच्या अंगणात मुले विटीदांडू खेळत. त्यांचे वकट, लेंड, नाल, मूंड हे शब्द ऐकले की उगीचच हसू यायचे. धाकट्या भावंडांना खेळवताना घरातल्या बायका अटक मटक, चन्नी चाटक, आपडी थापडी गुळाची पापडी, अशा शब्दसंहती म्हणायच्या. त्यांचा अर्थ अजूनही मला कळलेला नाही. पण साऱ्या शब्दांचे अर्थ कळायलाच हवेत असे कुठे आहे? आमचा एक लांबचा आतेभाऊ की मामेभाऊ होता. त्याला आपले काही आवडले की चट्टक! लसणाची चटणी खमंग झाली तरी चट्टक, श्रीखंड मिट्ठास झाले तरी चट्टक आणि एखादी नाकीडोळी सुरेख पोरगी मनात भरली तर तीसुद्धा कशी अगदी चट्टक! पण मामाचीच गोष्ट कशाला? मी लहानपणापासून माझे खास स्वतंत्र शब्द सतत बनवत आले आहे. त्यांचा अर्थ मला आणि घरातल्या माणसांनाच कळतो. 'ट्रिंगुश' हा असा खास माझा शब्द. चिमुकले, चटकदार, सुंदर, आटोपशीर, गोंडस-वस्तुपरत्वे आणि व्यक्तिपरत्वे या शब्दालाच अर्थाच्या नाना छटा येतात. वेगवेगळे संदर्भ, वेगवेगळी परिमाणे लाभतात. नसेना का हा शब्द शब्दकोशात? माझ्या शब्दकोशात तो आहे आणि माझ्यापुरता तो फार अर्थपूर्ण आहे.

शब्दांच्या नादाने वेडावून जाता जाता अर्थाच्या विशाल परिसरात मी केव्हा शिरले मला आता आठवत नाही. कालिदासाने रघुवंशात कोणत्यातरी एका राजाचे वर्णन करताना जो राजा लिपीच्या द्वारा वाङ्मयाच्या सृष्टीत प्रवेश करता झाला असे म्हटले आहे. कसे तर 'नदीमुखेनेव समुद्रमाविशत्' नदीच्या मुखातून समुद्रात शिरावे तसे! मी लिपी ओळखू लागण्याच्या आधी ऐकलेल्या शब्दांच्या द्वारा अर्थाच्या साम्राज्यात प्रविष्ट झाले. साधी निरर्थक, निरुपद्रवी

अक्षरे, पण ती जुळतात. आणि शब्द तयार होतो. विजेचे बटण दाबताच खोली उजेडाने भरून जावी तसा तो शब्द कानी पडताच अनुभवाचे एक विश्व मनातल्या काळोखात प्रकाशाने झगमगू लागते. आमच्या देशावर खेड्यापाड्यांत लहानपणी असे किती शब्द मी ऐकले आहेत, ज्यांना अद्याप पर्याय सापडलेले नाहीत. कोरडा घास छातीत बसला म्हणजे म्हणायचे 'तोठरा बसला'. हा 'तोठरा' शब्द किती विलक्षण परिणामकारक आहे. त्याला वजन आहे. कोरड्या घासामुळे श्वासाचे होणारे सारे गुदमरलेपण त्या शब्दात आले आहे. 'न्याहार' हा असाच दुसरा शब्द. त्याचा नेमका अर्थ सांगणे मला जमणार नाही. 'लुगड्याचा काठ कसा न्याहार आहे!' 'केस कसे न्याहार विंचरले आहेत!' 'चोळी पाठीवर कशी न्याहार बसली आहे!' अशा वाक्यांतून हा 'न्याहार' शब्द यायचा आणि प्रत्येक वेळी तो न कळताही बरेच काही समजावून देऊन जायचा. चांदण्या रात्री आम्ही मुलेमुली अंगणात नाना प्रकारचे खेळ खेळत असू. त्यातल्या एका खेळाचे नाव होते 'चुणचुणखडा'. एक अगदी लहानसा, डाळिंबीएवढा खडा घ्यायचा. प्रत्येकाच्या हातावर हात मारीत कुणाच्यातरी हातात तो हळूच सोडून द्यायचा. सगळ्यांनी आपल्या मुठी मिटून घ्यायच्या. आणि खडा कुणाच्या हातात आहे ते शोधून काढायचे. तो चिमुकला खडा म्हणजे 'चुणचुणखडा'. पुढे माझ्या मामाला एक मुलगी सांगून आली. घरात सगळ्यांना ती आवडली. कुणीतरी म्हटले, 'कशी अगदी चिमखडी पोरगी आहे!' त्यानंतर माझ्या मनात कितीतरी दिवस 'चिमखडी' आणि 'चुणचुणखडा' या शब्दांचे एक गमतीदार नाते जडले होते.

पुढे आली शाळा. शाळेतली मराठीची क्रमिक पुस्तके. त्यातल्या गोष्टी, कविता, लेख. त्यांतून पुन्हा शब्दांचे, अर्थांचे, जाणिवांचे एक नवेच भांडार मनासमोर उघडले. क्रमिक पुस्तकात पुंड्या नावाचा एक हट्टी मुलगा होता. त्याला वाडगा भरून खीर पाहिजे होती. म्हणून तो रुसून एका खोलीत जाऊन बसला. तिथे त्याला विंचू चावला. गोष्टीत म्हटले होते, 'पुंड्याची अगदी खोडाबिडी झाली!' माणसाला खोड्यात कसे अडकवतात, त्याला बेडी घालून जखडबंद कसे करतात, हे त्या वयात काहीच ठाऊक नव्हते. बिडी शब्दामुळे मला वाटायचे, पुंड्या चोरून खोलीत बिड्या ओढीत बसला असावा. दुसरा एक असाच धडा होता, 'धट्टीकट्टी गरिबी आणि लुळीपांगळी श्रीमंती.' या दोन्ही शब्दांइतके अर्थपूर्ण शब्द त्या वयात क्वचितच भेटले असतील. धट्टीकट्टी गरिबी म्हटल्यावर अंगापिंडाने धडधाकट असलेला आणि आमच्या अंगणात लाकडे फोडणारा महादू गडी नेमका डोळ्यांसमोर उभा राहायचा. लुळीपांगळी श्रीमंती हा शब्द पाठीला कणा नसलेला, फोफसा आणि अगदी लळत लोंबत चालल्यासारखा वाटायचा. मात्र डोळ्यांपुढे व्यक्ती उभी राहावी अशा कोणत्याही लुळ्यापांगळ्या

म्हणा की धडधाकट म्हणा, श्रीमंताचे त्या वयात आम्हाला कधी दुरून देखील दर्शन घडले नाही. श्रीमंतीशी इतका संपर्क कधी आलाच नाही.

नुकतेच केव्हातरी एका इंग्रजी कादंबरीत मी वाचले, एक तरुण मुलगी असते. तिला वाचनाचे खूप वेड असते. शब्दांच्या नादाची, अर्थाची भुलभुलावण तिला नुकतीच कळू लागलेली असते. कुठेतरी तिच्या वाचनात एक ओळ येते 'द ग्रेट ग्रीन ट्रॅन्सलूसमेंट सी' त्या ओळीने ती मुलगी इतकी भारून जाते. सारा वेळ ती एकच ओळ ती गुणगुणत राहते. मी कादंबरीतले हे वर्णन वाचले आणि माझे मन चटकन भूतकाळात गेले. तेव्हा मी मराठी तिसरीत की चौथीत असेन. संस्कृत आणि इंग्रजी या दोन्ही संपन्न भाषांची अद्याप तोंडओळख व्हायची होती. त्यावेळी आमच्या क्रमिक पुस्तकात संस्कृत मृच्छकटिक नाटकातला एक अनुवादित उतारा होता. मला वाटते परशुरामतात्या गोडबोले यांनी तो अनुवाद केलेला असावा. त्यात पावसाळ्यातल्या मेघाचे वर्णन करणारा एक फार सुंदर श्लोक होता. तो असा :

'हा मेघ आर्द्रमहिषोदरतुल्य काळा,
शंखाकृती धरि करात बलाकमाळा,
विद्युत्प्रभावसन पीत कसोनि हाते,
वाटे दुजा हरिच आक्रमितो नभाते!'

मी हा श्लोक वाचला आणि शब्दांचे चित्रदर्शित्व मला त्या क्षणी जाणवले. अगदी पुरेसे नसेल पण अस्पष्टपणे का होईना, निश्चित जाणवले. मेघाचा ओलसर चकचकीत रंग, शंखासारख्या दिसणाऱ्या बगळ्यांच्या माळा, विजेचे पिवळे झळझळीत वस्त्र, आणि ते कमरेला कसून आकाश आक्रमिणाऱ्या श्रीविष्णूसारखा दिसणारा तो सावळा ढग- माझ्या डोळ्यांसमोर एक भव्य, विशाल, सुंदर चित्र उभे राहिले. त्याबरोबर त्या प्रगल्भ, संस्कृतप्रचुर, रेखीव रचनेनेही मला विलक्षण भारून टाकले. नंतर कितीतरी दिवस तो श्लोक मी स्वत:शी गुणगुणत असे. तसा तो गुणगुणताना मला अपार आनंद होई.

त्या काळात भेटलेली अशीच एक सुंदर चित्रदर्शी ओवी ज्ञानेश्वरांची. तीही क्रमिक पुस्तकातच भेटली. सत्त्वगुणाचे वर्णन करताना ज्ञानेश्वरांनी एक अर्थपूर्ण प्रतिमा वापरली होती–

तैसे सद्भाव जीवगत ।
आतुल दिसती फाकत ।
स्फटिकगृहीचे डोलत ।
दीप जैसे ॥

सज्जनांचे सद्भाव त्यांच्या व्यक्तित्वातून बाहेर प्रगटतात. कसे? तर

स्फटिकाच्या घरात डौलणाऱ्या दीपांची प्रभा बाहेर फाकावी तसे.

हीं ओवी वाचली आणि मन थरारून गेले. ओवीचा साराच गंभीर आशय मला कळला असेल असे नाही. पण स्फटिकगृहाच्या पारदर्शक भिंतीतून दिसणारे, आत डोलणाऱ्या दीपज्योतीचे चित्र कितीतरी काळ मला दिसत राहिले.

असे असंख्य शब्द भेटत गेले. इंग्रजी, मराठी, संस्कृत, काही गद्य लेखनातून, काही कवितेतून. त्यांतून मनावर संस्कार झाले. रंगगंधरूपादी संवेदनांना जाग आली. स्वत: लिहू लागल्यावर शब्दांची आणखी वेगळी ओळख झाली. वर वर साध्या दिसणाऱ्या शब्दांत विजेचे स्फोटक सामर्थ्य भरलेले असते. त्यांच्या नसांतून अनाकलनीय प्रवाह झुळझुळत असतात. दोन शब्द स्वतंत्रत: साधे, निरुपद्रवी असतात, पण समर्थ लेखक त्यांना एकत्र आणतो आणि त्यांच्या युतीतून ठिणग्या पडतात, चकमक झडते हे ध्यानी आले. तरी, शब्द अनुभवणे ही पुन्हा एक वेगळीच गोष्ट आहे. एक अनुभव सांगते. एकदा एक सुंदर शब्द वाचनात आला. 'चिमणचेटके चांदणे'. पहाटे तीन–साडेतीन वाजताच कधी कधी लख्ख चांदणे पडते. इतके लख्ख की चिमण्या कावळे त्या चांदण्याने फसतात. त्यांना वाटते, दिवसच उजाडला. ती कुलकुलू लागतात. असे चिमण्यांवर चेटूक करणारे चांदणे ते चिमणचेटके. मला तो शब्द फार आवडला. पण त्यांचा अनुभव उशिरा आला. कॉलेजच्या काही विद्यार्थी–विद्यार्थिनींबरोबर लोणावळ्याला ट्रिपला गेले होते. रात्री एका बंगल्यात आम्ही उतरलो होतो. दिवसभर दमलेल्या मुलामुलींना गाढ झोप लागली पण मला काही केल्या येईना. शेवटी पहाटे मी खोलीचा दरवाजा उघडून बाहेर आले. बाग चांदण्यात न्हाऊन निघाली होती. शुक्राची टपोर चांदणी लखलखत होती. चांदण्यात गवताची काडी न काडी स्पष्ट दिसत होती. पहाटे तीनचा सुमार असेल. सर्वत्र विलक्षण शांतता पसरली होती. आणि अकस्मात झाडांतून पाखरे किलबिल करू लागली. त्या किलबिलाटाने बाग सशब्द होऊन उठली. त्याबरोबर मनाच्या तळाशी जाऊन दडलेला शब्द अचानक वर आला. म्हटले, अरे हे चिमणचेटके चांदणे! शब्द ऐकला होता. अर्थ समजावून घेतला होता. आता मी चिमणचेटके चांदणे अनुभवत होते. अष्टांगांनी भोगत होते!

■

जरा ऐकशील का?

"तू माझं जरा ऐकून तरी घे."

"काय बुवा ऐकायचं पुन्हा तेच तेच? आतापर्यंत निदान दहा वेळा तरी हे सारं तू मला ऐकवलं असशील."

"मग दहा वेळा ऐकलंस तसं आता अकराव्या वेळेला ऐक ना? खरं सांगायचं तर दहा वेळा ऐकून सुद्धा तुला त्यातलं खरं मर्म अद्याप कळलेलंच नाही!"

मी बसमधून प्रवास करीत होते. माझ्या पाठीमागच्या बाकावर बसलेल्या दोन तरुण मुलांमध्ये हा संवाद चालला होता. दोन परक्या माणसांमधले खासगी बोलणे आपण ऐकू नये हा शिष्टमान्य संकेत आहे. पण ती दोन मुले इतक्या मोठमोठ्याने बोलत होती की मलाच काय, आसपासच्या दहा लोकांना त्यांचे बोलणे सहज ऐकायला जात होते. माझ्या इच्छेविरुद्ध मी त्यांचे बोलणे ऐकत राहिले. इतकेच नव्हे तर जरा वेळाने त्या बोलण्यामध्ये मला रसही वाटू लागला.

आपल्या मित्राला आपले म्हणणे अकराव्या वेळेला ऐकायला लागणारा तो तरुण मुलगा जीव तोडून बोलत होता. मला सर्व तपशील काही कळला नाही. पण त्या मुलाचा ऑफिसमधला 'बॉस' बराच खाष्ट असावा. 'बॉस' खेरीज आणखी कुणी तरी 'महाडिक' नामे एक पदाधिकारी त्याला छळत होता. 'महाडिक' हा तर या कथेतला व्हिलनच वाटत होता. त्याने या तरुण मुलाविरुद्ध 'बॉस'चे कान भरले होते. परिणामी याला ऑफिसमध्ये खूप काम पडत होते. आजारपणात देखील रजा मिळत नव्हती. आणि सगळ्यांत अत्यंत अन्यायाची गोष्ट म्हणजे त्याचा कुठला तरी 'बोनस' की 'इन्क्रिमेंट' की काय तोही अडवून ठेवण्यात आला होता. आपले हे सारे दुःख, आपल्याबाबतीत झालेले सारे

अन्याय तो तरुण मुलगा मोठ्या तळमळीने आपल्या मित्राला सांगत होता. मी त्या निवेदनात अगदी रंगून गेले होते. त्या मुलाबद्दल खूप सहानुभूती मला वाटत होती. त्याचे बोलून झाले तेव्हा त्याचा मित्र मात्र मनातून जरा सुद्धा हेलावला नाही. उलट अगदी संथ थंड आवाजात तो त्या मुलाला म्हणाला,

"झालं तुझं बोलून?"

"झालं!"

"मग माझं म्हणणं ऐक आता. लेका, इतके अन्याय तू सहन करतोसच कशाला? तुझा तो कोण महाडिक की कोण तो, त्याला सरळ गुंडाळून का ठेवत नाहीस? तुझ्यातच धमक नाही म्हणून हे सारं तू चालू देतोस. आपण मऊपणानं वागलो की लोक आपल्याला असे छळणारच. तुला दहा वेळा मी हेच सांगितलं आहे अन् आता अकराव्या वेळेलाही तेच सांगतो आहे. तू आपलं वागणं बदल गड्या!"

"मूर्ख आहेस तू अगदी!" तो तरुण मुलगा चिडून म्हणाला, "दुष्ट आहेस. निर्दय आहेस. तुला काळीज नाही. तुला मित्राची कदर नाही. मैत्रीची मूल्यं माहीत नाहीत..."

माझे उतरण्याचे ठिकाण आल्यामुळे मला बसमधून खाली उतरावे लागले. त्यामुळे त्या दोन मित्रांच्या संभाषणाचे पुढे काय पर्यवसान झाले हे मला समजले नाही. पण माझी खात्री आहे की ऑफिसमध्ये अन्यायाला सतत बळी पडणारा तो तरुण मुलगा यापुढे बाराव्या खेपेलाही आपल्या मित्राला असेच सारे ऐकवणार आणि त्याचा मित्रही 'भित्रा, दुबळा' म्हणून त्याची अशीच संभावना करणार. हा कार्यक्रम पुढेही चालू राहणार. त्याला कधी खंड म्हणून पडणार नाही.

माणसाची मूलभूत गरज काय? तशा अन्नवस्त्रनिवाऱ्यापासूनच त्याच्या अनेक गरजा सांगता येतील. पण आपले म्हणणे कोणीतरी ऐकून घ्यावे ही माणसाची सर्वांत मोठी गरज आहे असे मला वाटते. हे म्हणणे अनेक प्रकारचे असते. मनाच्या तळाशी खोलवर दडून बसलेल्या अत्यंत गूढ, व्यामिश्र, संदिग्ध, शब्दांत मांडण्यास अवघड अशा भावनासंवेदनांपासून तो अगदी उथळ, व्यावहारिक, वरवरच्या अशा क्षणिक लहरींपर्यंत सारे काही माणसाला दुसऱ्या कुणाला तरी सांगावेसे वाटते. आणि ते ऐकून घेणारा श्रोता मिळाला नाही तर माणूस अगदी बेचैन होतो. ज्याला उभ्या आयुष्यात कधी काहीही कुणाला सांगावेसे वाटले नाही, आपल्या अनुभवांत, विचारांत, भावनांत इतरांना सहभागी करून घ्यावेसे वाटले नाही असा माणूस सापडणे कठीण, इतकेच नव्हे तर अशक्य आहे. सर्वसामान्य माणसे सतत इतरांना आपल्या व्यथा, कथा, आनंद, उद्रेक ऐकवत असतात. विचारवंत, कवी, साहित्यिक आपल्या लेखनातून इतरांशी बोलत

असतात. शिल्पकारांची शिल्पे, चित्रकारांची चित्रे, गायकांचे गाणे हे सारे त्यांचे इतरांशी बोलणेच असते. असे बोलता आले नाही, असा इतरांशी संवाद साधता आला नाही तर हे विचारवंत, कलावंत गुदमरून, अक्षरशः मरून जातील. संस्कृतमध्ये एक मार्मिक सुभाषित आहे–

बोद्धारो मत्सरग्रस्ताः प्रभवः स्मयदूषिताः ।
अबोधोपहताश्चान्ये जीर्णमङ्गे सुभाषितम् ।।

या सुभाषितामध्ये कवी म्हणतो, ''माझ्या काव्याचे मर्मच कुणाला कळत नाही. जाणकार रसिक आहेत ते मत्सरी आहेत, धनिक आश्रयदाते आहेत ते पक्षपाती आहेत. आणि सामान्यजन तर बिचारे अज्ञानानेच गारद झालेले आहेत. तेव्हा माझे काव्य माझ्यामधेच जिरून जावो. ते मला इतरांपुढे प्रकटच करायचे नाही.'' गमतीची गोष्ट अशी की साऱ्या जगाला विटलेला हा कवी 'मला माझे काव्य प्रकटच करावयाचे नाही' हा आपला निर्धार देखील शेवटी काव्य करूनच प्रकट करतो. कवींची, कलावंतांची गोष्ट सोडून देऊ पण सामान्य माणसांमध्ये तरी यापेक्षा वेगळे काय दिसून येते? संवादाची, 'कम्युनिकेशन'ची गरज अगदी बालपणापासून माणसामध्ये असते असे म्हणतात. जन्माला आल्याबरोबर लहान मूल टॅहां टॅहां करून रडते. त्याच्या या रडण्याची एक विलक्षण उपपत्ती एका मानसशास्त्रज्ञाने लावली आहे. तो म्हणतो, ''आईच्या पोटामध्ये लहान मूल अगदी निवांत पहुडलेले असते. तिथे त्याला फार सुरक्षित वाटत असते. आईच्या पोटातून हे मूल जेव्हा बाहेर येते तेव्हा बाहेरच्या जगाचा अफाटपणा, तिथला भगभगीत प्रकाश, प्रचंड कोलाहल हे सारे अकस्मात त्याच्यावर येऊन आदळते. त्या अनपेक्षित आघाताबद्दलची आपली भीतिपूर्ण आणि त्वेषयुक्त प्रतिक्रिया व्यक्त करण्यासाठी लहान मूल टाहो फोडून किंचाळू लागते!''

याचा अर्थ असा की 'माझे ऐका, माझे ऐकून घ्या.' असे म्हणत म्हणतच माणूस जन्माला येतो. आणि जन्माच्या वेळेपासून निर्माण झालेली ही त्याची गरज जन्मभर त्याचा पाठपुरावा करीत राहते. माणसे सतत दुसऱ्यांना काहीतरी सांगत असतात. आपले म्हणणे इतरांनी सहानुभूतीने ऐकून घ्यावे असे त्यांना वाटत असते. माणसाचा सारा अट्टाहास त्यासाठी असतो. पण इथेच आणखी एक विलक्षण गोष्ट आपल्याला दिसून येते. माणसाची इतरांशी संवाद साधण्याची जी धडपड चालू असते त्या धडपडीला एक शाप असतो. तो म्हणजे इतरांनी त्याला समजून न घेण्याचा. माणसे माणसाशी संबंध जोडतात. एकमेकांना समजेल असे वाटून ऐकवतात. आणि तरीही खऱ्या अर्थाने कुणाचे कुणी ऐकतच नाही. एकमेकांची भाषा एकमेकांना कळत नाही. एकमेकांशी शब्दांच्या द्वारा संपर्क साधता येत नाही. आणि माणसे पुन्हा आपापल्या ठिकाणी एकाकीच

राहतात. आपण जीव तोडून तळमळीने, अट्टाहासाने दुसऱ्याला काही सांगू पाहावे, आपले मनोगत, आपले दुःख, आपल्या तक्रारी त्याच्यापर्यंत पोहोचवण्याचा प्रयत्न करावा पण काही केल्या त्याला ते समजूच नये हा अनुभव आपणा सर्वांनाच येत नाही का? आपण समाजात राहतो. आणि तरीही आपण आपल्या एका खाजगी जगात जगत असतो. प्रत्येकजण स्वतःच्या एका पोकळीत वावरत असतो. आकाशातले तारे जमिनीवरून एकमेकांच्या अगदी जवळ, निकट सान्निध्यात आहेत असे दिसते. पण प्रत्यक्षात ते एकमेकांपासून लक्षावधी योजने दूर असतात. माणसांमाणसांमधले अंतरही तसेच भयंकर अवाढव्य असत नाही काय? माणसे देहाने जवळ येतात. आणि तरीही त्यांची मने परकी राहतात. एका ध्येयाने, एका स्वप्नाने, एका हितसंबंधाने बांधल्या गेलेल्या माणसांतही प्रचंड दुरावा असतो. एकमेकांबद्दलचे अफाट गैरसमज असतात. आणि एकमेकांच्या सुखदुःखाविषयी थंड, निर्दय, क्रूर अशी उदासीनता असते. एक दुसऱ्याला काहीतरी सांगतो. पण निर्वात पोकळीत उभे राहून माणसाने बोलावे तसे त्याचे बोलणे असते. दुसरा ते कानाने ऐकत असेल पण मनाने ऐकत नाही. दोन माणसे एकमेकांजवळ उभी आहेत. खूप हातवारे करून काळीज पिळवटून एकजण दुसऱ्याला काहीतरी सांगत आहे, आणि दुसरा मात्र निर्विकारपणे ते ऐकत आहे–नव्हे ऐकूनही खऱ्या अर्थाने ऐकतच नाही. ही गोष्ट किती भयानक आहे! पण ती आपल्याइतकी नित्यपरिचयाची झाली आहे की तिच्यातले भयानकपणही आता आपल्याला जाणवेनासे झाले आहे. हे तर अधिकच भयानक आहे.

या भयानक सत्याचा ज्याला कधी ना कधी अनुभव आला नाही असा माणूसच सापडणे कठीण, एवढे मोठे महाभारतकार महर्षी व्यास, त्यांनी एकदा अत्यंत उद्वेगाने म्हटले आहे.

ऊर्ध्वबाहुर्विरोम्यैष न च कश्चित शृणोति माम् ।

'हात उंच उभारून मी काहीतरी सांगतो आहे. पण माझे कुणी ऐकूनच घेत नाही.' प्रत्यक्ष व्यासांना जिथे हा अनुभव आला तिथे आपल्यासारख्या सामान्य माणसांची काय कथा? व्यासांपेक्षा आपले दुःख तरी कुठे निराळे असते? मला कुणी समजूनच घेत नाही, माझं कुणी ऐकायलाच तयार नाही, हीच आपलीही साऱ्यांची तक्रार नसते का? आपण कुणीच एकमेकांचे ऐकून घेत नाही. आपण कुणीच एकमेकांना खऱ्या अर्थाने समजूनही घेत नाही. तरीही माणसे एकमेकांना सारखे काहीतरी सांगत असतात. आपल्यावर होणारे खरे वा काल्पनिक अन्याय, आपल्याला भोगावी लागणारी खरी वा काल्पनिक दुःखे, आपल्याला भेडसावणाऱ्या समस्या आणि आपले अगदी क्षुद्र केविलवाणे, हास्यास्पद आनंद–सारे काही इतरांना ऐकविल्याखेरीज आपल्याला चैन पडत

नाही. कुणी कुणाचे ऐकून घेऊ नये आणि तरीही साऱ्यांनी एकमेकांना सतत काहीतरी सांगत, ऐकवत राहावे हे म्हटले तर अत्यंत विनोदी आहे आणि म्हटले तर अत्यंत कारुण्यपूर्ण आहे.

आणि तरी, अशा या साऱ्या गोंधळात, कोलाहलातही क्वचित कुठे संवादी सूर उमटतो. ओळखीचे मन भेटते. शब्दावाचून देखील सर्व काही जाणून घेणाऱ्या सहानुभूतीचे दर्शन होते. दोन हृदयांच्या तारा जुळतात. हा क्षण केवढा भाग्याचा! तो दुर्मिळ असतो. पण तो कधी वाट्यालाच येत नाही असे नाही. आपले भाग्य तेवढे मोठे असले तर असा चमत्कार घडूनही जातो. आपल्या निर्वात पोकळीतून आपण बोलत असतो. धीरासाठी, आधारासाठी हात पुढे करीत असतो आणि कधीतरी आपण बोललेल्या शब्दांना उत्तर मिळते. साद घातली असेल तिला प्रतिसाद मिळतो. आधार शोधणाऱ्या हातात अचानक स्नेहाचा सुंदर ऊबदार हात येतो. बोटात बोटे गुंफली जातात. आपल्याला धीर येतो. दिलासा मिळतो. आपले एकटेपण क्षणार्धात संपते. मग 'माझं जरा ऐकून घेशील का?' असे म्हणण्याची देखील आवश्यकता उरत नाही कारण ज्याला कळायचे त्याला शब्दावाचून देखील सारे कळून चुकलेले असते.

या कृतार्थ क्षणासाठी आपण आपले आधीचे जीवन सोसू शकतो. तो क्षण येतो आणि बोलणे संपते.

■

मरणाचे सुंदर मार्ग

मध्यंतरी एक सुंदर पुस्तक माझ्या वाचनात आले. या पुस्तकाचे नाव आहे 'द कंट्री डायरी ऑफ ॲन एडवर्डियन लेडी.' नावाप्रमाणे हे पुस्तक म्हणजे एक दैनंदिनी आहे. पुस्तकाच्या लेखिकेचे नाव आहे एडिथ होल्डन. ही एडिथ होल्डन निसर्गाच्या अभ्यासात रमलेली एक संशोधिका होती. पाने, फुले, पशु, पक्षी, कीटक, बदलते ऋतुमान, निसर्गाचे पालटते रंग या साऱ्यांमध्ये तिला विलक्षण गोडी होती. साऱ्यांमध्ये तिला ताजे, टवटवीत आणि उत्कट कुतूहल होते. तिने एकोणीसशे सहा साली पुरे वर्ष आपली दैनंदिनी लिहिली. पण दैनंदिनी म्हटल्यावर रोजच्या बारीकसारीक गोष्टींची जी रूक्ष आणि कंटाळवाणी नोंद आपल्या डोळ्यांसमोर उभी राहते त्यापेक्षा एडिथ होल्डनची ही दैनंदिनी अगदी वेगळी आहे. तिने आपल्या या डायरीचे नामकरण केले आहे, 'नेचर नोटस् फॉर नाइनटीन सिक्स.' याचा अर्थ असा की एकोणीसशे सहा साली एडिथ होल्डनने वर्षभर निसर्गाचे सूक्ष्म अवलोकन केले आणि या अवलोकनात जे जे काही तिला कुतूहलजनक, सुंदर, वैशिष्ट्यपूर्ण दिसून आले त्या साऱ्यांची तिने आपल्या दैनंदिनीमध्ये साक्षेपाने नोंद करताना एडिथ होल्डनने आणखी एक केले आहे. निसर्ग, पशू, पक्षी, कीटक, ढग पाहताना तिला साहित्यात, काव्यात जिथे जिथे आपल्या मन:स्थितीशी काही संवादी सूर उमटलेले दिसले ते सारे सुंदर उतारेही तिने आपल्या दैनंदिनीत टिपून ठेवले आहेत. बायरन, कोलरिज वर्डस्वर्थ, ब्राउनिंग, लाँगफेलो, टेनिसन, चॉसर, शेक्सपियर अशा कवींच्या काव्यामधले निसर्गविषयक सुरेख तपशील या दैनंदिनीत पानोपानी विखुरलेले आहेत. जणू जे आपल्याला पुरेशा अर्थपूर्ण शब्दांत सांगता येत नाही ते या कवीच्या काव्यांमध्ये समर्थपणे व्यक्त झालेले पाहून लेखिकेला एक समानधर्मा भेटल्याची खूण पटते. तिला आनंदाचे भरते येते आणि आपपरभाव

विसरून नि:संकोचपणे ती आपल्या दैनंदिनीत त्या त्या कवींचे उतारे उद्‌धृत करते.

इंग्रजी कवितांमधले हे निसर्गविषयक उतारे हे या दैनंदिनीचे एक मोठेच आकर्षण आहे. पण त्याहीपेक्षा एक गोड गोष्ट इथे आढळते. ती म्हणजे दैनंदिनीच्या पानांपानांवर स्वत: एडिथ होल्डन हिने रेखाटलेली जलरंगांतली सुरेख चित्रे. एडिथ होल्डन ही जशी निसर्गाचा अभ्यास करणारी एक संशोधिका होती तशीच ती एक उत्तम चित्रकारही होती. आर्ट स्कूलमधला चित्रकलेचा कोर्स तिने केला होता आणि अनेक नियतकालिकांतून, पुस्तकांमधून चित्रे काढण्याचा व्यवसायही ती करीत असे. ही चित्रकला एडिथ होल्डनच्या निसर्गाभ्यासाला किती पूरक आणि उपकारक ठरली आहे हे दैनंदिनीमध्ये तिने काढलेल्या अनेक सुंदर सुंदर चित्रांमधून आपल्या प्रत्ययाला येते. तऱ्हतऱ्हेची रानफुले, रानचिमण्या, पाण्यातली बदके, असंख्य रानटी झुडपे, त्यांवरचे चित्रविचित्र मोहर, रानटी फळांच्या झुपक्यांनी ओझावलेल्या फांद्या, चिमुकले कीटक, देखणी फुलपाखरे, वर्षभर फेरे घेणाऱ्या ऋतुचक्राचे विविध रंग-सारे काही एडिथ होल्डनने आपल्या कलापूर्ण कुंचल्याने या चित्रांमध्ये जिवंत करून ठेवले आहे. पानगळीच्या वेळी मेपल, सायकॅमोर अशा खास इंग्रजी झाडांच्या पानांवर येणाऱ्या पिवळ्या, शेंदरी, किरमिजी छटांपासून फुलांच्या पाकळ्यावरच्या, तो कीटकचतुरांच्या पंखावरच्या फिकट पुसट चित्रनक्षीपर्यंत काहीही एडिथ होल्डनच्या नजरेतून सुटलेले नाही. आणि यातले काहीही तिने आपल्या कुंचल्याने रेखाटायचे ठेवले नाही. त्यामुळे या दैनंदिनीच्या पानावर सुंदर चित्रांची नाजुक हलक्या तरल कोवळ्या रंगांची नेत्रसुखद उधळण झालेली दिसते. ही चित्रे एडिथ होल्डनच्या दैनंदिनीचे सर्वांत मोठे वैशिष्ट्य. सर्वांत उत्कट आकर्षण आहे.

एडिथ होल्डन ही इंग्लंडमधल्या वॉरिकशावर परगण्यात राहात असे. इंग्लडमध्ये आणि स्कॉटलंडमध्ये ती सतत प्रवास करीत असे. शहराबाहेर असलेल्या ग्रामीण भागात जो सुंदर निसर्ग पसरलेला आहे त्याचे तिने वारंवार अवलोकन केले होते. बदलत्या ऋतूमध्ये या निसर्गात काय काय बदल होतात ते तिने निसर्गाभ्यासकाच्या जाणत्या, डोळस नजरेने पाहिले होते. त्या साऱ्यांची अचूक नोंद तिने या दैनंदिनीत केली आहे. ही नोंद तिने आपल्या रेखीव, सुंदर, टपोऱ्या हस्ताक्षरात करून ठेवली आहे. ठिकठिकाणी कवितेमधले उतारे लिहून काढले आहेत. सुरेख रेखाटने आहेत. आणि हा सर्व उद्योग तिने कमालीच्या कष्टाळूपणाने पण तितक्याच प्रेमाने अन् जिव्हाळ्याने केला आहे. निसर्गाच्या अभ्यासात रमलेल्या पण त्याहीपेक्षा निसर्गावर जिवंत प्रेम करणाऱ्या अशा या एडिथ होल्डनच्या निरीक्षणाचे, अभ्यासाचे फलित म्हणजे तिची ही दैनंदिनी. यात तिचा आनंद आहे. तिचे कौतुक आहे. तिच्या क्षणाक्षणाच्या प्रतिक्रिया

आहेत. लहान मुलाच्या निर्मळ, निर्व्याज कुतूहलाने तिने हे अपार अद्भुत न्याहाळले आहे. आणि जाणकार माणसाच्या अभ्यासूवृत्तीने तिने साऱ्या तपशिलांची अचूक नोंद केली आहे.

एडिथ होल्डनची ही दैनंदिनी अनेक वर्षे तशीच बासनात बांधून पडली होती. स्वत: लेखिकेनेही ती छापून काढण्याची कधी खटपट केली नाही. एडिथ होल्डन एकोणीसशे वीस साली निधन पावली. त्यानंतर एकोणीसशे सत्त्याहत्तर साली म्हणजे लेखिकेच्या निधनानंतर जवळजवळ सत्तावन्न वर्षांनी एडिथ होल्डनच्या चुलतपणतीने आपल्या पणजीचे हे हस्तलिखित एका प्रसिद्ध प्रकाशनसंस्थेला दाखवले. त्या विलक्षण हस्तलिखितावर प्रकाशनसंस्थेने एकदम झडपच घातली. आणि ही दैनंदिनी त्यांनी जशीच्या तशी, अगदी मूळ स्वरूपात प्रसिद्ध केली. प्रत्येक पानाचा त्यांनी ब्लॉक तयार केला. चित्रांचेही ब्लॉक केले. हे करताना दैनंदिनीच्या पानांना आलेला पिवळेपणा, जुनवटपणा, चित्रांच्या रंगांतला फिकटगडदपणा हेही सारे अगदी जसेच्या तसे ठेवले. आणि मग पुस्तक छापून काढले. त्यामुळे छापील स्वरूपात पुस्तक बघत असतानाही एडिथ होल्डनचे मूळ हस्तलिखितच आपण पाहात आहोत असे आपल्याला वाटते. आपल्याकडचे शब्द वापरून सांगायचे तर ही छापील प्रत म्हणजे एडिथ होल्डनच्या दैनंदिनीची यथामूल आवृत्ती आहे.

ही दैनंदिनी छापून झाल्याबरोबर पुस्तकाचा एकदम खूप बोलबाला झाला. आणि आतापर्यंत या दैनंदिनीच्या पंधरा आवृत्त्या निघून गेल्या आहेत. दैनंदिनी तयार करताना एडिथ होल्डनने तिच्यामध्ये जे प्रेम, जिव्हाळा, तपशिलाच्या अचूकपणाचा जो साक्षेप जपला होता त्या साऱ्यांची प्रकाशकानेही तितक्याच काळजीने जपणूक केली आहे. पुस्तक वरवर चाळताना देखील हे आपल्या ध्यानात आल्यावाचून राहात नाही. म्हणूनच या सुंदर दैनंदिनीबद्दल लेखिकेइतकेच प्रकाशकाचेही कौतुक करावेसे वाटते.

पण मला या दैनंदिनीपेक्षाही खुद्द एडिथ होल्डनबद्दलच काही वेगळे सांगायचे आहे. एडिथ होल्डन एकोणीसशे वीस साली निधन पावली हे मी वर म्हटलेच आहे. तिला मृत्यू कसा आला? एडिथ होल्डनचे लग्न एकोणीसशे अकरा साली झाले. अर्नेस्ट स्मिथ नावाच्या एका शिल्पकाराशी तिने विवाह केला आणि नंतर लंडनमध्येच ती स्थायिक झाली. एके दिवशी, नेमकी तारीख सांगायची झाली तर एकोणीसशे वीस साली मार्च महिन्यातल्या पंधरा तारखेला एडिथ होल्डन ही लंडनच्या सुप्रसिद्ध 'क्यू' गार्डनमध्ये अक्रोडाच्या कळ्या गोळा करण्यासाठी हिंडत असताना पुलावरून खालच्या नदीत पडली आणि पाण्यात बुडून मरण पावली. तिच्या निसर्गवेड्या वृत्तीला साजेसे मरण तिला आले.

बागेत हिंडताना, निसर्गाचा सहवास उपभोगताना, कळ्या गोळा करीत असताना! किती समर्पक आणि सुंदर मरण!

एडिथ होल्डनच्या मृत्यूची हकिकत वाचताना मला आणखी दोन मृत्यूंच्या हकिकती आठवल्या. आपल्याकडे बंगालमध्ये चैतन्य महाप्रभू नामक एक कृष्णभक्त होऊन गेले. या चैतन्य महाप्रभूंनी जेव्हा प्रथमच समुद्र पाहिला तेव्हा सागराच्या त्या सुंदर, घनदाट, निळ्या विस्तारात त्यांना कृष्णरूपाचा साक्षात्कार झाला. 'माझा कृष्ण, माझा कृष्ण' असे म्हणत त्या कृष्णाला आलिंगन देण्यासाठी चैतन्यांनी समुद्रात झेप घेतली आणि ते पाण्यात बुडून मरण पावले. खरे सांगायचे तर, ते आपल्या कृष्णाशी एकरूप होऊन गेले. दुसरा मृत्यू मला आठवतो तो ली ताई पो ह्या चिनी कवीचा. ली ताई पो हा प्रतिभावंत कवी होता. एकदा चांदण्या रात्री मदिरेच्या नशेत धुंद होऊन तो तलावाकाठी हिंडत होता. तलावात पूर्णचंद्राचे सुंदर प्रतिबिंब पडले होते. मदिरेच्या आणि कवितेच्या नशेत बेहोष झालेल्या ली ताई पोने पाण्यातला चंद्र पकडण्यासाठी तलावात उडी घेतली आणि तो पाण्यात बुडून मरण पावला.

कळ्या वेचताना पाण्यात पडलेली एडिथ होल्डन, श्रीकृष्णाच्या सावळ्या रूपाला मिठी मारण्यासाठी सागरात बुडी घेणारे चैतन्य महाप्रभू आणि पाण्यातला चंद्र पकडण्यासाठी तलावात उडी मारणारा ली ताई पो या साऱ्यांच्या मरणात मला साम्य जाणवते. एडिथ होल्डन निसर्गवेडी, चैतन्य महाप्रभू कृष्णवेडे. ली ताई पो चंद्रवेडा. प्रत्येकाचे वेड वेगळे. पण त्या वेडापोटी लाभलेली बेहोषी सारखीच विलोभनीय. थेट मरणाला आलिंगन देणारी.

मरणाचे किती सुंदर मार्ग हे!

■

भेट

"मला ओळखलंत ना तुम्ही? की नाही?"

घरात येऊन बसल्यानंतर चष्म्याच्या कडेवरून माझ्याकडे रोखून बघत ते गृहस्थ म्हणाले.

खरे म्हणजे घरात येतानाच त्यांनी आपले नाव मला सांगितले होते. मग हा प्रश्न का? नंतर माझ्या ध्यानात आले की नाव सांगितलेले असले तरी नाव आणि विशिष्ट व्यक्ती यांची नेहमीच आपल्याला सांगड घालता येते असे नाही. पण मला तर नावही आठवत होते आणि व्यक्तीही आठवत होती. म्हणून मी हसत मान डोलावून म्हटले,

"वा! ओळखणार कशी नाही? पाहिल्याबरोबरच ओळखलं मी तुम्हाला!"

"तर मग सांगा बघू, आपण कधी, कुठं एकत्र कामे करीत होतो ते?"

गृहस्थांनी मला प्रश्न विचारला, चष्म्याच्या कडेवरची शोधक नजर पुन्हा माझ्यावर रोखलेली. त्या नजरेत संशय, अविश्वास, त्याच्यामागे दडलेली थोडीशी केविलवाणी भीती देखील. मी ओळख न पटताच ओळखल्याचे नाटक करीत असेन की काय म्हणून.

मी आव्हान स्वीकारले. चेहरा तसाच हसरा ठेवून मी ओळीने त्यांना एकेक तपशील पुरवला. सुमारे बत्तीस वर्षांपूर्वी एका सरकारी समितीवर आम्ही दोघे काम करीत होतो हे मी त्यांना सांगितले. इतर काही सदस्यांची नावे सांगितली, इतकेच नव्हे तर काम करीत असतानाचे काही वादविवाद, भांडणे यांचीही माहिती पुरवली.

आता त्या गृहस्थाचा सावध पवित्रा पालटला. ताणलेले अंग मोकळे करून आरामशीर ते कोचावर बसले आणि समाधानाने म्हणाले,

"आहे बुवा. ओळख आहे माझी तुम्हाला. बाकी पहिल्यापासून तुमची स्मरणशक्ती जबरदस्त होतीच म्हणा. लोक तुमच्या स्मरणशक्तीचं कौतुक करतात ते काही उगीच नाही!''

आधी अविश्वास प्रकट केला त्यांवर हे स्तुतीचे सारवण होते हे मी ओळखले. शिवाय त्यांची स्तुती मला मनोमन स्वीकारताही येत नव्हती. मी या गृहस्थांना ओळखले होते ते केवळ योगायोगाने. इतक्या वर्षांनंतर त्यांची ओळख न पटणे हेही तितकेच स्वाभाविक झाले असते. लौकिक अर्थाने ते गृहस्थ नामवंत नव्हते. त्यांची कसलीही वाङ्मयीन किंवा सामाजिक 'प्रतिमा' नव्हती. त्यामुळेही मी त्यांना ओळखीन किंवा नाही याची त्यांना शंका आली असावी. ते काही असो. मी त्यांना ओळखले यात माझेही खास काही मोठेपण नव्हते. ओळख आपली पटली म्हणून पटली इतकेच.

मी गप्प बसले. ते गृहस्थ काही वेळ माझ्याकडे नुसते बघत राहिले मग ते एकदम म्हणाले,

"बाकी इतकी वर्षे लोटली, पण तुमच्यात काही म्हणता काही बदल झालेला दिसत नाही. अगदी तेव्हा होतात ना, तशाच आहात अजून!''

— आता हे फार झाले! तब्बल बत्तीस वर्षांचा कालावधी. इतक्या दीर्घ काळानंतर कुठलेही माणूस अगदी जसेच्यातसे राहाणे कसे शक्य आहे? आणि ते योग्य तरी आहे का? मी बाई असले म्हणून काय झाले? माझ्याविषयी कुणी इतके धडधडीत खोटे बोलावे हे मला पत्करेल का? आणि असल्या बोलण्याने मी खूष होईन हे या गृहस्थांना वाटले तरी कसे? मला बरे वाटावे म्हणून ते केवळ तोंडदेखले औपचारिक बोलत आहेत हे मी तात्काळ ओळखले. मला त्यांनी इतके बावळट समजावे याबद्दल मला त्यांचा रागच आला. चटकन मी म्हटले,

"अहो, बत्तीस वर्षांनंतर मी तेव्हासारखी कशी राहिले असेन? हे शक्य तरी आहे का? काहीतरी काय बोलता तुम्ही?''

आपला अंदाज हुकला हे स्वारीच्या ध्यानात आले असावे. मग अघळपघळ हसून ते मला म्हणाले,

"गैरसमज झाला बघा तुमचा. माझ्या म्हणण्याचा अर्थ अगदी वेगळा होता. तुमचा मनमोकळा स्वभाव, नम्रपणा, एकूण आपलं एकंदर वागणं, बोलणं चालणं पूर्वीसारखंच आहे असं म्हणायचं होतं मला!''

आता हे सुद्धा काही तंतोतत खरे नव्हते. पण ठीक आहे. पहिल्या विधानापेक्षा हे पुष्कळच बरे होते. बोलणे संपवून गृहस्थमजकूर माझ्याकडे बघत राहिले. आता पुढले वाक्य मी बोलावे, संभाषण मी चालू ठेवावे अशी त्यांची

अपेक्षा दिसली. गृहस्थधर्माच्या नात्याने मी त्यांच्याशी बोलत राहावे हे बरोबर होते. पण का कुणास ठाऊक, हे गृहस्थ आल्यापासून माझे मत त्यांच्याविषयी जरा प्रतिकूलच झाले होते. मनात म्हटले, मीच काय म्हणून बोलत राहावे? त्यांनी बोलावे हवे तर, काढावेत विषय शोधून संभाषणासाठी. मी हट्टाने तशीच गप्प बसून राहिले.

आता त्या गृहस्थांचा नाइलाजच झाला, विषयासाठी जरा वेळ चाचपडून मग एकदम शोध लागल्यासारखे ते मला म्हणाले,

"तुम्ही लेखन मात्र थांबवलं नाहीत हं. चालूच ठेवलं आहे. वाचतो मी मधून मधून. चांगलं असतं!"

आता कुठल्याही लेखकाला–मग तो किती का सामान्य दर्जाचा असेना– जर कोणती गोष्ट अजिबात आवडत नसेल तर ती म्हणजे इतरांनी स्वतःकडे वडिलधारेपणा घेऊन त्याच्या लेखनाबद्दल त्याची शाब्दिक पाठ थोपटणे! हे समोर बसलेले गृहस्थ अगदी त्याच पद्धतीने बोलत होते. तसे ते माझ्यापेक्षा पाच सात वर्षांनी मोठे होते. पण म्हणून काय झाले? अगदी कॉलेजातल्या पहिल्या दुसऱ्या वर्षाच्या विद्यार्थ्याशी ज्या कौतुकाच्या सुरात बोलावे तशा पद्धतीने त्यांनी माझ्या लेखनाविषयी बोलणे योग्य नव्हते. त्यापेक्षा त्यांनी माझ्या लेखनाला टाकाऊ, भिकार म्हटले असते तरी ते चालले असते, पण स्वतःकडे उगीचच इतका प्रौढ गंभीरपणा घ्यायचा? मला ते अजिबात आवडले नाही. मी जरा रागानेच त्यांच्याकडे बघू लागले. त्याबरोबर त्यांनी पुन्हा विषय बदलला. लेखन झाले. आता माझा व्यवसाय.

"काय, कॉलेज काय म्हणतंय?" त्यांनी प्रश्न केला.

"काय म्हणणार? छान चाललंय की." मी तुटक उत्तर दिले.

"पण हल्लीचं शिक्षण, हल्लीची मुलं एकदम बेकार आहेत बघा." गृहस्थ म्हणाले, "पहिल्यातलं काही म्हणता काहीही राहिलं नाही. ना अभ्यास. ना वाचन. ना शिस्त!"

इतका वेळ हे गृहस्थ माझ्यासंबंधी बोलत होते, म्हणून सारे ऐकून घेतले. पण आता मी गप्प राहणार नव्हते. मी पटकन म्हटले,

"असं एकदम सरसकट कसं विधान करता तुम्ही? काही मुलं तुम्ही म्हणता तशी असतीलही. पण पुष्कळ विद्यार्थी चांगलेही असतात. ते नोकरी करून शिकतात. प्रतिकूल परिस्थितीतून वर यायची धडपड करतात. मी असे खूप विद्यार्थी दाखवून देईन तुम्हाला!"

"ते सोडा हो." गृहस्थ म्हणाले, "पण एकूण बघितलं तर या कॉलेजांत, या विद्यार्थ्यांत, या शिक्षणात काही अर्थ नाही."

"हल्लीचे बरेच विद्यार्थी लेखनातही पुढं आलेले आहेत.'' मी माझाच मुद्दा पुढे चालू ठेवला, "काही मुलं कथा कविता लिहितात. चांगलं लेखन असतं ते–"

"हा. मी तिकडे वळणारच होतो,'' गृहस्थ मला मध्येच तोडीत म्हणाले, "हे हल्लीचं लेखन! मला ते अजिबात आवडत नाही. कथा, कविता साफ डोक्यावरून जातात. समीक्षेची भाषा धेडगुजरी. एकूण लेखन दुर्बोध. अनाकलनीय. दलित साहित्य म्हणजे नुसता आरडाओरडा. काही खरं नाही. काही खरं नाही!''

मी आश्चर्याने त्या गृहस्थाकडे बघत राहिले. हा कडवटपणा का? प्रत्येक गोष्टीबद्दल इतका राग का? इतका तिटकारा का? एकाएकी एक आठवण मनात चमकून गेली. पूर्वी हे गृहस्थ थोडेफार लिहित असत. त्यांच्या काही कथा मी वाचल्या होत्या. एक कादंबरी लिहिण्याचा आपला मनोदयही त्यांनी मला बोलून दाखवला होता. मी एकदम विचारले,

"तुम्ही मागं कथा लिहीत होता. नाही का? अन् एका कादंबरीचं कथानकही तुम्ही मला सांगितल्याचं आठवतं. काय झालं पुढं त्या लेखनाचं?''

गृहस्थाचा चेहरा एकदम उतरला. थोडा वेळ दूर कुठेतरी नजर लावून ते स्तब्ध राहिले. मग झटक्याने मान हलवून, बळेच हसल्यासारखे करून म्हणाले.

"छे हो! कुठचं काय घेऊन बसलात? आपलं त्या वयात लिहीत होतो काही बाही. आता सगळं सोडून दिलंय. खरं म्हणाल तर घरच्या व्यापामध्ये लेखन वगैरे काही सुचतही नाही. संपलं ते सारं. केव्हाच संपलं!''

घरचे व्याप. मला आठवत होते, या गृहस्थांना दोन मुलगे होते. खरे म्हणजे आता ते मोठे झाले असणार. नोकरीधंदा करीत असणार. त्यांचा थोडातरी हातभार घराला लागत असणार. मग या गृहस्थाच्यामागे इतका व्याप कसला? जरा घुटमळून मी विचारले,

"मुलं आता मोठी झाली असतील...''

"मुलांचं काही विचारू नका'' ते गृहस्थ एकदम उसळून म्हणाले, "दोघांना शिकवायसाठी जिवाचा आटापिटा केला. कॉलेजात घातलं. पण चार चार वर्षं तिथं काढूनसुद्धा एकाची मजल पहिल्या वर्षापुढं गेली नाही. शेवटी बंद करून टाकलं शिक्षण!''

"अरेरे!'' मी हळहळून म्हटले, "मग पुढं नोकरी चाकरीच्या दृष्टीनं अडचणच झाली असणार.''

माझे पांढरपेशे सुरक्षिततावादी मन. शिक्षण आणि पोटाची सोय यांचा माझ्या दृष्टीने अगदी अविभाज्य संबंध. पण माझे बोलणे ऐकून त्या गृहस्थांना

हसू आले. कडवट हसू. किंचित थांबून ते म्हणाले,

"अहो अडचण कसली? एक मोटार गॅरेजमध्ये मेकॅनिक म्हणून लागला. आता स्वत:चं गॅरेज टाकलंय त्यानं इथं कुठेतरी सांताक्रूझला की अंधेरीला. छान चाललंय म्हणे."

—म्हणे! म्हणजे यांचा मुलाशी संबंध दिसत नव्हता.

"बरं. दुसऱ्याचं कसं काय चाललंय?" मी विचारले.

"खरं सांगू का?" गृहस्थ पुन्हा कडवट हसत म्हणाले, "ते मलाच नेमकं ठाऊक नाही. कुणी म्हणतात एक्स्पोर्टचा बिझिनेस करतो. कुणी म्हणतात स्मगलिंगच्या भानगडीत आहे. कुणी म्हणतात राजकारणात याचा त्याचा हस्तक म्हणून काम करतो. खरं काय असेल देव जाणे! दोन्ही पोरांनी लग्नं केली, नातवंडंही आहेत. आम्हा दोघांना मुलांचं सुख नाही. नातवंडांचं दर्शन नाही. आम्ही तिकडे साताऱ्याजवळ गावी असतो. मी थोडी घरची शेती आहे ती बघतो. धाकटा दोन तीन वर्षांनी एकदा कधीतरी घरी चक्कर टाकतो. बऱ्याच नोटा देतो. परत जातो. तो पैसाही विषवत वाटतो. पण हिला मुलाच्या कमाईचा भलता अभिमान. धरवत नाही. सोडवत नाही. असं आहे."

मी ऐकत होते. मन खूप उदास झाले होते. आता मला त्या गृहस्थांचा राग येत नव्हता. उलट त्यांचा साहित्यावरचा, कॉलेजांवरचा, शिक्षणावरचा राग समजू शकत होता. या गृहस्थांना लेखन जमले नाही. त्यांच्या पोरांना शिक्षण जमले नाही. आयुष्यात ज्याला सुस्थिरता, प्रतिष्ठा म्हणतात ती त्यांच्या वाट्यालाच आली नाही. त्यातून हा राग. ही चीड. आणि-आणि हे तोंडदेखले गोड बोलणे, हे वडिलधारे वागणेदेखील. वर एक खोटा मुखवटा. आणि त्यातून अचानक प्रकट होणारा हा हीनगंड. हे दैन्य. ही हताश अवस्था.

"बाकी आपल्याला पोरांची काही फिकीर नाही. आणि त्यांच्यावर काही आपण अवलंबूनसुद्धा नाही." गृहस्थ पुन्हा बोलू लागले, "अहो आम्हाला काय कमी आहे? झकास चाललंय. परवाच यात्रा कंपनीतून दक्षिणेकडे जाऊन आलो. आता यंदा काश्मीर बघायचा विचार आहे. हिचा नाद. शिवाय अष्टविनायक, दत्ताची स्थानं हेही बघून झालं. मजेत आहे. मजा करतो आहोत आम्ही दोघेजण! काय?"

ते मोठमोठ्याने हसू लागले. हसत हसतच उठले. म्हणाले, "बराय. निघतो आता. वेळ घेतला तुमचा बराच. येईन असाच पुन्हा कधी तरी."

"या. अगदी अवश्य या!" मी तोंड भरून म्हटले. आणि हे मात्र अगदी मनापासून होते.

■

आला, पाऊस आला

शेवटी एकदाचा पाऊस आला. तसा तो दरवर्षी येतोच. कधी लवकर तर कधी उशिरा. पण यायचा बिचारा चुकत नाही. 'नेमेचि येतो मग पावसाळा' हे कुण्या एका जुन्या कवीला 'सृष्टीचे कौतुक' वाटले. पण खरोखरी त्यात कौतुकाचा भाग काही नाही. तो एक निसर्गाचा नियम आहे. अटळ आणि अपरिहार्य. आपले ठरीव फेरे घेणे निसर्गालाही चुकत नाही. त्याच नियमानुसार पाऊस आला आहे.

पावसाचे येणे असे निश्चित असूनही आपण सारेजण त्याची आतुरतेने वाट बघत असतो. हेही तसे दरवर्षीप्रमाणेच. पावसाइतकाच उन्हाळाही आपल्या ओळखीचा. सवयीचा. पण प्रत्येक वर्षी तो आपल्याला आधीच्या वर्षापेक्षा जास्त कडक वाटतो. मुंबईसारख्या ठिकाणी उकाड्यापेक्षाही घामाने माणूस जिगजिगून जातो. बंदिस्त घरांमुळे, उंच इमारतींमुळे मोकळे वारे क्वचितच अनुभवास येते. मग एवढ्याशा खोल्यांमधून पंखे आपले गरगर फिरताहेत. पंखा चालू असूनही मोकळ्या, स्वच्छ, ताज्या झुळकेचे सुख कधी मिळत नाही. खोलीतली गरम हवाच पंख्याची पाती इकडून तिकडे ढवळत राहतात. आणि त्यालाच आपण सोयिस्करपणे 'वारा' असे नाव देतो, या पंख्याखाली बसून शिवाय हातातल्या वर्तमानपत्राने वारा घेत माणसे उन्हाळ्याला शिव्या घालतात. शरीराच्या रंध्रारंध्रातून उफळणाऱ्या घामाच्या धारा पुसता पुसता रंजीस येतात. कृत्रिम शीतपेये पिऊन उकाड्याचा ताप अधिक वाढवून घेतात किंवा तोंडाला चटके देणारा लालभडक चहा पिऊन आत्मक्लेशातला एक विकृत आनंद भोगतात, आणि उद्गार काढतात, "छे बुवा! यंदाचा उन्हाळा भलताच कडक आहे." म्हातारी माणसे म्हणतात, "आमची हयात या मुंबईत गेली पण असला उन्हाळा कधी पाहिला नव्हता!" तिसरा एखादा आपल्या बहुश्रुततेची ऐट मिरवत म्हणतो, "काही म्हणा. हल्लीचे हवामानच चमत्कारिक झाले आहे.

मी परवाच कुठेतरी वाचले, निसर्गाचा तोल ढळला आहे. आता यापुढे उन्हाळा, वसंत ऋतू, पाऊस, थंडी-काहीच ठरलेल्या वेळी येणार नाही. येत्या दोन वर्षांत तर...'' पण त्याची ती शास्त्रीय मीमांसा ऐकण्याच्या मन:स्थितीत कुणीच नसते. अंगावरचा घाम पुशीत सारेजण पुन्हा म्हणतात, ''छे छे! असला उन्हाळा कधी बघितला नव्हता.''

खरे म्हणजे या असह्य उन्हाळ्यालाही एक सुखद किनार असते. आपली पंचेंद्रिये सजग, उल्हसित करणाऱ्या अनेक गोष्टी उन्हाळ्यात येतात पण पोटासाठी कराव्या लागणाऱ्या धावपळीत मुंबईसारख्या यांत्रिक शहरातल्या माणसांचे लक्ष तिकडे क्वचितच जाते. गेल्या उन्हाळ्याचीच गोष्ट घ्या. मुंबईच्या रस्त्यारस्त्यांवर बहावे फुलले होते. त्यांचा विलक्षण उत्कट आणि मादक गंध वातावरणात दरवळत होता. रस्त्यावर तांबुस पिवळ्या सोनफुलांचे अंथरूण झाले होते. पळस आणि पांगारे लालभडक गुच्छांनी डवरले होते. गुलमोहर तर शीतल ज्वाला पेटाव्यात तसे फुलांनी अक्षरश: पेटले होते. बोगनवेलीवर लाल, गुलबक्षी, केसरी, पिवळ्या, पांढऱ्या फुलांचा बहर आला होता. सावरीची पाने गळून जपानी चित्रकलेत दाखवतात तशी तळहाताएवढी लालगुलाबी पाकळ्यांची फुले तिच्या निष्पर्ण वेड्यावाकड्या फांद्यांवर फुलली होती. निळ्या आभाळाच्या पार्श्वभूमीवर सुंदर चित्राकृती उमटल्या होत्या. शिरीषाच्या झाडांवर वसंताचे आगमन सुचवणारी चमकदार हिरवी पालवी फुटली होती आणि त्यातून लालगुलाबी, क्वचित पोपटी गोंडेदार चिमुकली फुले अवचित पण विपुल संख्येने डोकावू लागली होती. दरवर्षीप्रमाणे यंदाही निसर्गाने आपले काम चोख बजावले होते. वसंत ऋतू उन्हाळ्यात आपले हे सारे विभ्रम इमाने इतबारे प्रकट करतो. पण मुंबईसारख्या शहरात माणसाचे लक्ष सहसा तिकडे जात नाही. तो बसच्या, लोकलगाड्यांच्या गच्च गर्दीतून कामाला जातो येतो. पोटासाठी पाट्या टाकत राहतो. अंगावरचा घाम पुसतो. चिडचिडा, त्रासिक बनतो. आणि एखाद्या कंटाळवाण्या गाण्याचे एकसुरी पालुपद पुन्हा पुन्हा म्हणावे तसा म्हणत राहतो, ''कंटाळलो बुवा या उन्हाळ्याला. पाऊस येणार तरी कधी?''

तोच तो, दीर्घकाळ प्रतीक्षा केलेला, चिरवांछित पाऊस आला आहे. हा पाऊस कसा आला? प्रथम हवा दाट, स्तब्ध झाली. झाडाझुडपांच्या हालचाली थांबल्या. सारे वातावरण आवरून धरलेल्या श्वासासारखे सोत्कंठ बनले. झाडांची पाने, गवताची पाती, इतकेच काय पण धुळीचे कण देखील कान टवकारून कसली तरी वाट बघत राहिले. झाडांच्या, इमारतींच्या निश्चल रेखाकृती झाल्या. आणि मग एक वारे सळसळत आले. प्रथम त्याचे आगमन जाणवले देखील नाही. पण नंतर त्याची गती वाढू लागली. साऱ्या अवकाशातून एक अनामिक

लहर सळसळत गेली. झाडे हलू लागली. हलता हलता अंगात आल्यासारखी फांद्या पिळवटून घुमू लागली. पश्चिमेकडून ढगांची भली थोरली फळी निघाली. पिवळ्या उन्हाचे तलम पांघरूण कुणीतरी हलक्या हाताने ओढून घेतले आणि एक उजळ अंधार किंवा सावळा प्रकाश सर्वत्र पसरला. इतक्यात प्रचंड गडगडाट झाला. सोन्याची लखलखती सुरी फिरावी तशी विजेची सोनसळी रेषा ढगांना फाडीत वेडीवाकडी तळपत गेली आणि दुसऱ्याच क्षणी मुसळधार पाऊस सुरू झाला. पाऊस येताच रस्त्यावरची माणसे सैरावैरा धावत सुटली. कुणी घरांच्या वळचणीखाली, कुणी दुकानांच्या पायऱ्यांवर तर कुणी हॉटेलांच्या दाराशी निवाऱ्याला थांबली. पोरे हर्षाने खिदळत चीत्कार करू लागली. विक्रेत्यांची धांदल उडाली. रस्त्यावरच्या फेरीवाल्यांनी मेणकापडांखाली आपला विक्रीचा माल झाकला. अवेळीच काळोख झाला. तो उजळण्यासाठी दुकानादुकानांतून दिवे लागले. पावसाच्या धारांच्या पडद्यांतून विजेचे पिवळे दिवे पिवळ्या प्रकाशफुलांसारखे दिसू लागले. वस्तुजातावर अद्‌भुताचा हात फिरला. जगाला स्वप्नभूमीचे रूप आले.

पावसाची पहिली सर येते तेव्हा बाळपणीचा सवंगडी भेटल्यासारखे वाटते. बाळवयात चिऊकाऊ, चांदूमामा यांच्यासारखाच पाऊस हा देखील एक जिवंत जिवाभावाचा दोस्त असतो. त्याला आपल्यासारख्याच भावभावना, रागद्वेष, वासनाविकार असतात. लहानपणी आभाळात ढग गडगडाट करीत नाही तर म्हातारी हरभरे भरडत असते. 'ये रे ये रे पावसा' म्हणून साद घातली तर पाऊस येतो. पैशाची लालूच दाखवली तर तो खूष होतो. आणि खोटा पैसा देऊन त्याला फसवले तर चिडून रागारागाने तो अधिक मोठ्याने कोसळू लागतो.

बाळपण जाऊन किशोरवय येते. किशोरवयाच्या पाठोपाठ देहात, मनात तारुण्य संचरते. या काळात पावसाचा संदर्भ हळूहळू बद्लत जातो. आता येणारा पाऊस भोवतालचा परिसर हिरवळून टाकतो तसा मनालाही हिरवेगार चैतन्य आणतो. हा पाऊस अनोख्या हुरहुरीचा, अनामिक स्वप्नांचा, अबोध वासनाविकारांचा अग्रदूत असतो. झिमझिम. सर, शिरवा, मुसळधार-पावसाची ही अनेक रूपे आपापले स्वतंत्र सौंदर्य आणि वैशिष्ट्य जाणवून देत मनात खोलवर भिनत जातात. पावसाच्या सरीबरोबर अनेक संस्कृत श्लोक, मेघदूत-विरह-तरंगासारखी काव्ये, लोकगीते आणि बायकांच्या ओव्या देखील आठवणीत जाग्या होतात आणि पावसाची अनुभूती अधिकाधिक गाढ, संपन्न, समृद्ध होत जाते. 'काले वारिधराणाम्'पासून 'मेघालोके भवति सुखिनोऽप्यन्यथावृत्तिचेत:' पर्यंतचे अनेक संदर्भ या वयातल्या पावसाशी निगडित असतात. आयुष्याच्या एका विशिष्ट काळात तरी पाऊस अशी रससंपन्न अनुभूती आपल्याला देऊन

जातो हे केवढे भाग्य म्हणायला हवे!

पण पावसाचे हे रूप केव्हा आणि कसे बदलून जाते त्याचा पत्ता देखील लागत नाही. आता हा पहिलाच पाऊस पाहा, तो आल्यानंतर जो आनंद झाला, गारवा आला आणि तृप्तता लाभली ती तेवढ्यापुरतीच. पाऊस थांबल्याबरोबरच त्याच्या पाठोपाठ अनेक रुक्ष, गद्य आणि उपद्रवकारक चिंता मनात जाग्या होतात. आता पाऊस वेळीअवेळी पडत राहणार. रेल्वेची, बसेसची वाहतूक विस्कळित होणार. मध्यमुंबईच्या सखल भागात पाणी साठून तिथल्या रहिवाश्यांची दैना होणार. जुन्या झालेल्या, कोसळायला आलेल्या दहापाच इमारती तरी खाली येणार. काही दुर्दैवी जीव त्या अपघातात दगावणार आणि उरलेले लोक बेघर होऊन इथे तिथे घटकेचा आसरा शोधीत वणवण हिंडू लागणार. झोपडपट्टीतल्या लोकांचे हाल तर कुत्रा खाणार नाही. ज्यांना फूटपाथवरच रात्री झोपावे लागते त्यांना त्या कोसळत्या पावसात बिस्तरा कुठे अंथरायचा हा प्रश्न पडणार. हा पाऊस शहरातला निर्दय, कठोर, व्यवहारी पाऊस आहे. या पावसात चारुदत्ताला ओल्या आलिंगनाचे सुख देणारी वसंतसेनेसारखी अभिसारिका आज आढळून येणार नाही आणि कालिदासाच्या यक्षाला आपल्या प्रियेला निरोप धाडण्यासाठीही या पावसाचा, आषाढात क्षितिजावर येणाऱ्या पहिल्या मेघाचा काही उपयोग होणार नाही. आता पाऊस म्हणजे मुलांसाठी खरेदी कराव्या लागणाऱ्या छत्र्या आणि रेनकोट. पाऊस म्हणजे साचलेले पाणी आणि तुंबलेली गटारे, पाऊस म्हणजे बंद पडलेल्या गाड्या आणि वेळीअवेळी जाणारे दिवे. पाऊस म्हणजे गैरसोय, अपघात, प्राणहानी, असंख्य निराधार लोकांची उडालेली दैना. पाऊस म्हणजे तासन्‌तास घरात कोंडून घालणारा, उन्हाची तिरीप न दाखवणारा, छपरांतून कोसळणारा, छतामधून झिरपणारा, पत्रे उडवणारा, झोपड्या पाडणारा, इमारतीचे जीर्ण शीर्ण भाग जमिनीसरपट करणारा, माणसे मारणारा आणि अनेक अभागी जीवांना जिवंतपणी मरणयातना सोसायला लावणारा शहरी संस्कृतीचा एक हृदयहीन घटक. बाळपणापासून तो प्रौढ वयापर्यंत, खेड्यापाड्यांपासून तो यंत्रनिष्ठ शहरांपर्यंत बदलत गेलेली पावसाची ही रूपे आणि त्यांच्याशी निगडित झालेले बदलते संदर्भ. प्रथमदर्शनी हा बदल भयप्रद वाटतो पण थोडासा विचार केला तर ध्यानात येते, हा बदल पावसातला नाही. तो आपल्यातलाच आहे. पाऊस बदलला नाही. आपण बदललो. आपले वय वाढत गेले. जीवनमान बदलले. राहाणी बदलली. आर्थिक आणि सांस्कृतिक संदर्भ बदलले. पाऊस आहे तसाच आहे. तो फक्त या बदलत्या परिस्थितीनुसार आपल्या प्रतिक्रिया व्यक्त करतो इतकेच. झोपडपट्ट्यांतून पिके तरारून उठत नाहीत आणि डांबरी रस्त्यावर हिरवीगार हिरवळ रुजत नाही हा पावसाचा दोष नाही. तो आपलाही

दोष नाही. तो कुणाचा दोष आहे, या साऱ्या पालटाला कोण जबाबदार आहे याचे उत्तर विद्वान लोक, राजकारणी, अर्थशास्त्रज्ञ, समाजशास्त्रज्ञ देऊ शकतील. कदाचित त्यांनाही ते उत्तर देता येणार नाही. कदाचित हे सारेच अपरिहार्य, अपरिवर्तनीय असेल. स्वप्नाचे पर्यवसान जागृतीत व्हावे. काव्यात्मक वृत्तीचा शेवट वास्तवाच्या स्वीकारात व्हावा हा कदाचित निसर्गाचाच कायदा असेल.

हे सारे खरे असेल. किंबहुना खरे आहेच. तरीही शहरातसुद्धा एखाद्या निसटत्या क्षणी, एखाद्या त्रुटित पळात, पावसाचे अद्‌भुत आकर्षण, त्याची सनातन जादू आपल्याला जाणवते. आणि रक्तातून शहाऱ्यांची नक्षी उमटत जाते. कदाचित ती आपल्या व्यक्तित्वात अजूनही रेंगाळणाऱ्या आपल्या निसर्गपूजक पूर्वजांची प्रतिक्रिया असेल. कदाचित मानव हा पंचमहाभूतापासून निर्माण झालेला असल्यामुळे आपल्यामधल्या पंचतत्त्वांना बाहेरच्या पंचतत्त्वांचे आकर्षण वाटत असेल. पावसाचा सारा उपद्रव सहन करतानाही एखाद्या क्षणी पावसाशी असलेले आपले गूढ नाते अचानक जागे होते आणि तृप्त निःश्वासासह मुखावाटे उद्‌गार बाहेर पडतात, "आला, पाऊस आला!"

■

सहावे सुख

बऱ्याच वर्षांपूर्वी इन्ग्रीड बर्गमन हिचा एक सुंदर चित्रपट आपल्याकडे येऊन गेला. अजूनही तो काही जणांच्या स्मरणात असेल. चित्रपटाचे कथानक काहीसे असे होते. इन्ग्रीड ही एक अमेरिकन नर्स. ती सैन्याच्या सुरक्षापथकात काम करीत असते. युद्धातल्या एका अत्यंत निकडीच्या प्रसंगी वसतिगृहातल्या पन्नास साठ छोट्या मुलांना खूप दूरवरचा प्रवास करून ती सुरक्षित जागी नेते. त्यांचे प्राण वाचवते. चित्रपटात इन्ग्रीड बर्गमन ही एक अतिसामान्य, रूपहीन अशी स्त्री म्हणून दाखवली आहे. पण सैन्याच्या सुरक्षापथकातला एक डॉक्टर तिच्यावर लुब्ध होतो. युद्धाच्या धुमाळीत तो आपले प्रेम तिला बोलून दाखवतो. आपल्या नीरस, स्नेहशून्य जीवनाला प्रीतीचा चैतन्यमय स्पर्श कधीच होणार नाही हे स्वतःशी गृहीत धरून चाललेली इन्ग्रीड त्या प्रेमानुभवाने चकित, आनंदित होते. कृतार्थ, परिपूर्ण होते.

चित्रपट फार सुंदर होता, मला तो आवडला. पण त्याच्या शीर्षकाचा अर्थ मला बरेच दिवस कळला नव्हता. चित्रपटाचे नाव होते 'इन ऑफ द सिक्स्थ हॅपिनेस'—'सहाव्या सुखाची सराई' चित्रपटामध्ये या नावाची एक 'इन' म्हणजे सराई दाखवली होती हे खरे. पण तरी मला त्या शीर्षकाचा उलगडा झाला नव्हता. पुढे बऱ्याच वर्षांनी तो उलगडा अकस्मात झाला. मग त्या शीर्षकाचा अर्थ माझ्या मनावर ठसला. इतकेच नव्हे तर चित्रपटाचे स्वारस्य, त्याचे सौंदर्य हेही मला कितीतरी अधिक उत्कटतेने जाणवले.

चिनी लोकांमध्ये म्हणे एक गोड प्रथा आहे. दोन चिनी माणसे एकमेकांना भेटली म्हणजे आपल्याप्रमाणेच तीही परस्परांचे अभीष्टचिंतन करतात. हे चिंतन करताना 'तुम्हाला सहा सुखे मिळोत' असे ते म्हणतात. यांतली पाच सुखे सामान्यतः कुणालाही आयुष्यात हवीशी वाटतील अशीच आहेत. ती म्हणजे

आरोग्य, संपत्ती, नावलौकिक, चांगली पत्नी, चांगली मुले. अभीष्टचिंतनात या पाच सुखांचा अंतर्भाव करणे योग्यच आहे. पण मग ते सहावे सुख कोणते? चिनी माणसाचे वेगळेपण जाणवते ते इथे. त्याच्या कल्पनेप्रमाणे हे सहावे सुख ज्याचे त्यालाच कळायला हवे असते. ते त्याचे त्यानेच आयुष्यात शोधून काढायला हवे असते. आणि ते सुख समोरच्या माणसाला सापडावे, लाभावे असे अभीष्टचिंतन करणारा म्हणत असतो.

ही सहाव्या सुखाची कल्पना किती वेगळी, किती अर्थपूर्ण आहे! आपले आयुष्य सुखासमाधानात जावे यासाठी ज्या ज्या गोष्टी आवश्यक असतात त्यांची जाणीव आपणा साऱ्यांनाच असते. आणि म्हणून आपण जन्मभर त्या गोष्टींच्या मागे जीव तोडून धावत असतो. पण आयुष्य केवळ एवढ्याने परिपूर्ण होत नाही. त्यासाठी आणखी काहीतरी हवे असते हे चिनी माणसाला एका अंत:प्रेरणेने, एका जन्मजात शहाणपणामुळे कळलेले आहे आणि म्हणूनच त्याने हे सहावे सुख गृहीत धरले आहे. पण तो इथेच थांबलेला आहे असे नाही. माझ्या कल्पनेप्रमाणे चिनी लोक एकमेकांना सातवे, आठवे असे सुखदेखील चिंतत असतात. तेही बरोबरच आहे. माणसाची सुखाची अपेक्षा जितकी मोठी, संवेदना जितकी सूक्ष्म आणि तरल, अभिरुची जितकी अभिजात आणि चोखंदळ, तितकी त्याला हव्याहव्याशा वाटणाऱ्या गोष्टींची संख्या जास्त आणि त्याच्या सुखानुभवांच्या कल्पनांची व्याप्ती मोठी.

माणसाला पैसा हवा हे साऱ्यांना पटलेले आहे. पण हवा म्हणजे नेमका किती हवा? एखादा तुकाराम 'निर्वाहापुरते अन्न आच्छादन' एवढ्यावर सुखी राहील तर एखाद्या शिकंदराची, चेंगीझखानाची वखवख अलोट संपत्ती मिळाली तरी संपणार नाही. तो मरेपर्यंत पैशामागे धापा टाकीत धावत राहील. माणसाला प्रतिष्ठा हवी. पण प्रतिष्ठेच्या कल्पना व्यक्तिपरत्वे किती बदलतात! चांगली पत्नी, चांगली मुले यांच्याबद्दलही हेच म्हणता येईल. तिथेही प्रत्येकाची आवडनिवड, अपेक्षा वेगवेगळी. तेव्हा माणसाला पाच, सहा, सात, आठ-कितीही सुखे हवीशी वाटणे शक्य आहे. पण तरीसुद्धा, ते शेवटचे एक अज्ञात सुख, तो एक फॅक्टर शेवटी हवाच. तो जर आयुष्यात लाभला नाही तर माणसाचे जिणे व्यर्थ. तो खऱ्या अर्थाने सुखी होणार नाही.

त्या चित्रपटाचीच गोष्ट घ्या. इन्ग्रीड ही एक सामान्य नर्स. अगदी रुक्ष, कोरडे, कष्टाचे जिणे तिच्या वाट्याला आले होते. ते ती विनातक्रार जगत होती. कुठल्याही स्त्रीप्रमाणे तिचेही अंत:करण नव्हे, तिचे अवघे व्यक्तित्व प्रेमासाठी तळमळत होते. पण आपल्या रूपहीनतेची जाणीव तिच्या मनात इतकी खोलवर भिनली होती की, आपल्यावर कुणी प्रेम करीत असेल, प्रेम करू शकेल हे तिच्या स्वप्नातही आले नव्हते. चित्रपटामध्ये डॉक्टर जेव्हा तिला म्हणतो, "माझं

प्रेम आहे तुझ्यावर!'' त्यावेळी इन्ग्रीड त्याला हृदयस्पर्शी उत्तर देते. ती म्हणते, ''मी ही अशी इतकी सामान्य, माझ्या ठायी ना रूप ना गुण. तुम्ही कुठले माझ्यावर प्रेम करणार? माझ्यावर कुणीच प्रेम करणार नाही. पण खरं सांगू का? प्रत्येक स्त्रीला मनातून असं वाटत असतं की, आयुष्यात एकदा तरी एखाद्या पुरुषानं आपल्यावर प्रेम करावं, निदान त्याने तसं म्हणून तरी दाखवावं. तो अलौकिक अनुभव तुम्ही मला दिलात. ते शब्द मला ऐकवलेत. मी तुमची आभारी आहे. मला आणखी काही नको!''

पण डॉक्टरचे प्रेम असे औपचारिक, तोंडदेखले नव्हते. तो खरोखरच इन्ग्रीडवर मनापासून प्रेम करीत होता. त्याला ती अतिशय हवीशी होती. हे जेव्हा इन्ग्रीडला जाणवले तेव्हा तिला धन्य धन्य वाटले. तिचे सहावे सुख ते होते. ते सुख आपल्याला हवे आहे याची तिची तिला देखील कल्पना नव्हती. पण ते सुख सापडले आणि इन्ग्रीडचे जीवन परिपूर्ण झाले. सहाव्या सुखाची सराई तिला भेटली.

इन्ग्रीडचीच गोष्ट कशाला? आपणांपैकी तरी किती जणांना या सहाव्या सुखाची ओळख पटलेली असते? असे एक वेगळे सुख अस्तित्वात आहे, आपल्याला ते हवे आहे याचाच मुळी बहुतेकांना पत्ता नसतो. प्राणिमात्राच्या मूलभूत गरजा 'आहार, निद्रा, भय, मैथुन'' एवढ्याच आपल्याकडे मानलेल्या आहेत. हे वाचायला फारसे बरे वाटत नसले तर 'अन्न, वस्त्र, निवारा' हे शब्द त्याच्या जागी वापरावेत. बऱ्याच माणसांची आयुष्याकडून हीच आणि एवढीच अपेक्षा असते. एवढे मिळाल्यानंतर मग माणसाला आणखी काय हवे असे त्यांना वाटते.

'माणूस केवळ भाकरीवर जगत नाही' असे एक ख्रिस्तवचन आहे. पण अनेकांच्या जीवनात हा भाकरीचा प्रश्न इतका अवाढव्य, सर्वव्यापी होऊन बसतो की त्यापलीकडे काही असेल असे त्यांना वाटतच नाही. या लोकांना असल्या वेगळ्या सुखांची ओढ का लागू नये असा प्रश्न विचारणे कदाचित उर्मटपणाचे, क्रूरपणाचे होईल. पण सुखचैनीच्या, आरामाच्या कोषात जन्मभर स्वतःला गुरफटून घेऊन त्यात सुरक्षित राहणारे लोक मात्र खरे अभागी. त्यांना तरी या सहाव्या सुखाचा वेध लागायला हवा. पण त्यांतले बहुसंख्य लोक या बाबतीत जन्मांध, जन्मबधिर असतात. त्यांना या सुखाची धूसर रूपरेषाही कधी दिसत नाही. त्याची आर्त, अस्फुट साद कधी त्यांच्या कानापर्यंत पोहोचत नाही.

आपल्याभोवती आपण जरा बारकाईने पाहिले तर काही माणसे अशी दिसून येतात की जगाने त्यांना वेड्यांतच काढलेले असते. शक्यता अशी आहे की या माणसांना त्यांचे ते सहावे सुख सापडलेले असावे.

माझ्या ओळखीची एक तरुण मुलगी आहे. तिने प्रेमलग्न केले. नवरा

उमदा, सज्जन, आर्थिक स्थिती चांगली. दोघांची मने जुळलेली. वरवर बघता हा संसार सुरळीत चालला होता. त्यात कुठे काही सल असेल अशी कुणाला शंकाही आली नसती. पण काही दिवसांनी ही मुलगी त्रस्त, चिडचिडी बनली. पतिपत्नींचे लहानसहान कारणांवरून खटके उडू लागले. सोनेरी संसारावरचा वर्ख उडत चालला. आणि मग एके दिवशी अचानक एक वेगळीच वार्ता कानांवर आली. घर, संसार, नवरा, सुस्थित आणि सुखासीन आयुष्य–सारे सोडून ही मुलगी निघून गेली. गेली ती थेट एका आदिवासी विभागात जाऊन राहिली. तिथे ती त्या लोकांत मिसळून गेली. समाजकार्य करू लागली. आदिवासी मुलांसाठी तिने वर्ग सुरू केले. काही काळाने तिची माझी भेट झाली. तिच्या अंगावरची साडी मळकी होती. केस रुखे रुखे. चेहऱ्याचा शहरी मुलायमपणा जाऊन तो चांगलाच रापला होता. पण तिचे डोळे? ते विलक्षण तेजाने चमकत होते आणि बोलण्यावागण्यात उत्साह ओसंडून वाहात होता. मी तिच्याकडे बघतच राहिले. नंतर तिला विचारले, "कशी आहेस?" त्यावर ती म्हणाली, "दिसत नाही का तुला मी कशी आहे ते? फार फार आनंदात आहे!"

तसेच आणखी एक गृहस्थ. पन्नाशी उलटलेले. पेन्शनीकडे झुकत चाललेले. त्यांनी एके दिवशी एक गुरू गाठला. त्यांच्याकडून गंडा बांधून घेतला आणि गाणे शिकायला सुरुवात केली. गाणेही कसे? हलकी फुलकी भावगीते वगैरे नव्हे. थेट शास्त्रीय संगीत. कामावरून आल्यावर रोज तंबोरा हाती घेऊन शास्त्रशुद्ध संगीत सुरू. मित्रांनी त्यांच्या या नादाची चेष्टा, टिंगल केली. पण हा गृहस्थ चिडला नाही, त्याने शांतपणे दोस्तांना सांगितले,

"मला गळा नाही. सात जन्मांत मला कधी गाता येणार नाही. मग या वयात मोठा गायक बनण्याची गोष्ट तर दूरच. मला हे न कळण्याइतका मी मूर्ख आहे असं का तुम्हाला वाटतं? पण बरेच दिवस हे स्वप्न मला छळत होतं. माझा अगदी पाठपुरावा करीत होतं. शेवटी ठरवलं, ते काही नाही, आपण गाणं शिकायचंच, अन् त्यात वाईट काय आहे सांगा, माझ्या या छंदाचा कुणाला उपद्रव होत नाही. त्यामुळे कुणाचं काही नुकसान मी करीत नाही. संपलं. वेळ माझा जातो. पैसा माझा जातो. श्रम मला पडतात. त्यात कुणाचं काय गेलं?"

टिंगल करण्यासाठी आलेली मित्रमंडळी निरुत्तर झाली. निघून गेली. गृहस्थ शांतपणे तंबोरा छेडत राहिले.

या सहाव्या सुखाची चाहूल कुणाला, केव्हा, कधी अन् कुठे लागेल ते सांगणे कठीण आहे. पण ज्यांना ती चाहूल लागते ते एकदम जगावेगळेच होऊन जातात. तो पॉल गोगां. अर्धे आयुष्य उलटून जाईपर्यंत आपल्या संसारात, बायकांपोरांत, व्यवसायात कसा पूर्णपणे रमला होता. पण एके दिवशी या

साऱ्या गोष्टींपेक्षा वेगळेच काहीतरी आपल्याला हवे आहे याचा त्याला पत्ता लागला. त्याचे सहावे सुख त्याला खुणावत होते. मग गोगां उठला. आणि घर, संसार सारे सोडून थेट त्या सुखाच्या दिशेने चालू लागला. ताहिती की कुठल्याशा बेटावर जाऊन राहिला. तिथेच त्याने घर केले. संसार थाटला. आणि उरलेले आयुष्य चित्रे काढत मोठ्या आनंदात घालवले. आपल्या 'हरपले श्रेय' या कवितेत केशवसुत म्हणतात—

चुकचुकल्यापरि
होउनि अंतरि
बघे बावरी
माझे मज लाभेल कसे?
परि न हरपले ते गवसे.

केशवसुतांचे हे 'हरपले श्रेय' म्हणजे चिनी माणसाच्या कल्पनेतले अज्ञात सहावे सुखच होय. कलावंत त्याचाच जन्मभर ध्यास घेऊन धावत सुटतात. काही थोड्या भाग्यवंतांना ते श्रेय गवसते. बाकीचे वाळवंटात मृगजळामागे धावणाऱ्या हरिणाप्रमाणे उरी फुटून मरून जातात! पण त्या धावण्यात, पाठलागातही केवढा आनंद असतो!

जगाने वेड्यात काढलेली पण अंतर्यामी सुखाने तुडुंब भरलेली ही माणसे. यांची जातच वेगळी. याउलट व्यावहारिक अर्थाने यशस्वी, सुखी झालेल्या काही माणसांना जवळून बघावे. त्यांच्या अंतरंगात जरा डोकवावे. मग असे दिसून येते की, या माणसांनी त्या सहाव्या सुखाच्या हाकेला 'ओ' देण्याचे टाळले. ते आपले व्यवहाराच्या सरधोपट मार्गावरून पावले टाकत नीट नाकासमोर गेले. यशाचे गणित त्यांनी अचूक सोडवले. पण म्हणून ते खरोखर सुखी, तृप्त झालेले असतात का? त्या सहाव्या सुखाची अभिलाषा खोल कुठेतरी त्यांच्या मनात अजून सलत असतेच. मग एखादा यशस्वी डॉक्टर एका असावध क्षणी बोलून जातो,

"या पेशाकडं वळलो. खूप पैसा, नाव मिळवलं. पण मनातलं गुपित सांगू का तुम्हाला? मला खरं म्हणाल तर लेखक व्हायचं होतं हो."

तसाच एखादा कर्तबगार यशस्वी इंजिनियर बघावा तर त्याला लहानपणापासून नाट्यसृष्टीचे आकर्षण होते, नट म्हणून रंगभूमीवर चमकण्याची आकांक्षा होती असे दिसून येते.

तर हे असे असते. डॉक्टराच्या आत लेखक लपलेला, इंजिनियरच्या आत नट लपून बसलेला. संसारी गृहिणीच्या आत राजकीय कार्यकर्ती, तर वेश्येच्या आत एकनिष्ठ पतिव्रता देखील! कुणामध्ये कोण, कुणामध्ये कोण,

साता पडद्यांआड अजूनही आपले अस्तित्व टिकवून असतो. बघणाऱ्याला चकित करतो!

यातूनच पुढे अनेक गुंतागुंतीही निर्माण होतात. आयुष्यात आपल्या त्या सहाव्या सुखाला डावलून जाणारी ही माणसे आपली अपूर्ण स्वप्ने आपल्या अपत्यांवर लादतात. त्यांच्याकरवी त्या सुखाचा पाठपुरावा करू बघतात. मग एखादा बाप मुलाला म्हणतो, ''अरे, मला नाही गाणं जमलं आयुष्यात. निदान तू तरी गाणं शीक.'' दुसरी एखादी आई आपल्या मुलीला सांगते, ''मला डॉक्टर व्हायचं होतं. खूप हौस होती गं. पण त्या वेळी आईवडिलांना इतका पैसा खर्चायची ऐपत नव्हती. आता तू डॉक्टर हो. देवदयेनं आपल्याला भरपूर पैसा मिळतोय. तुला आम्ही अगदी परदेशीसुद्धा पाठवू. या क्षेत्रातलं वाटेल तेवढं उच्च शिक्षण घेऊन ये. तुझा झकास दवाखाना थाटलेला मला बघू दे.'' पण या मुलांनाही त्यांची सहावी सुखे खुणावत असतातच की! ती एका अपरिहार्य ओढीने तिकडेच धावत जातात. कासवीच्या पिल्लांनी अंड्यांबाहेर पडताच नेमकी पाण्याकडे धाव घ्यावी तशी. मग बाप ज्याला गायक करायला निघालेला असतो तो मुलगा सोशल वर्कर होतो. दूर रानावनात अडाणी लोकांशी समरस होऊन जातो. त्यांच्यासाठी जीव तोडून काम करत राहातो. आणि आईने जिला डॉक्टर करायचे ठरवलेले असते त्या मुलीला दवाखान्याचा वास देखील सहन होत नाही. ती आपली छानपैकी लग्न करते. साधी, सरळ, संसारी, गृहिणी बनते आणि मुलाबाळांना खेळवत आपले आयुष्य आनंदात घालवते.

असे हे सहावे सुख. पण ते नेमके असते कुठे? त्याचा शोध लावायचा कसा? तो ज्याचा त्याला आपोआप लागतो. तसा तो लागण्यातच खरी गंमत. गोकुळातला बाळकृष्ण जवळच कुठेतरी लपून बसायचा. त्याला शोधून शोधून यशोदामाई रंजीस आली, रडवेली झाली, की मग तो एकदम धावत येऊन तिच्या कमरेला मिठी मारायचा. खदखदा हसायचा आणि त्याला हृदयाशी कवटाळून त्याचे मुके घेता घेता यशोदेला पुरेवाट व्हायची. आपले सहावे सुख असेच कुठे तरी जवळच लपून बसलेले नाही ना, याचा माणसाने मधूनमधून शोध घ्यावा. न जाणो, कुठल्या क्षणी येऊन ते आपल्याला मिठी मारील. आपल्या गळ्यात पडून खदाखदा हसत सुटेल. मग त्याला हृदयाशी कवटाळणे, त्याचे मुके घेणे आणि त्याच्या हातात हात गुंफून ते नेईल त्या दिशेने त्याच्या मागोमाग जाणे एवढेच काय ते आपल्याला करता येते.

■

एक-अनेक-एक

कॉलनीतली मुले एकत्र जमून खेळत होती. हसत खिदळत होती. ओरडत होती. एकमेकांना मजेने धक्के मारत होती. आणि त्यांच्याच वयाची एक मुलगी बाजूला एका पायरीवर बसून त्यांचा खेळ बघत होती. त्या मुलांनी तिला आपल्या खेळातून कटाक्षाने वगळलेले दिसले. त्यांची भांडणे झाली असतील. किंवा दुसरे काही कारण असेल. पण या मुलीला त्यांनी आपल्याबरोबर खेळायला घेतले नव्हते एवढे मात्र खरे. मी दुरून तिच्याकडे कुतूहलाने बघत राहिले. डोळ्यांत प्राण आणून ती त्यांचा खेळ बघत होती. चेहऱ्यावर विलक्षण भुकेला भाव होता. मुलांनी तिला दूर ठेवलेले असले तरी मनाने ती कधीच त्यांच्या खेळात सामील झाली होती. मुले ओरडली की नकळत तीसुद्धा ओरडे. त्यांनी हात उभारले की तिचेही हात उंचावत. त्यांनी टाळ्या वाजवल्या की तीही टाळ्या वाजवू लागे. त्यांच्यामध्ये हसण्याचा कल्लोळ उडाला की तिचेही ओठ हसू लागत. बिचारी दूर होती तरी खेळाचा आनंद त्यांच्याइतकाच ती मनापासून अनुभवत होती. मला तिची कीव आली. खाली जाऊन मी मुलांना दटावले, "का रे तिला बाजूला ठेवता? घ्या बघू तिला खेळायला तुमच्याबरोबर!" मुलांचेच भांडण. ते काही मोठे कडाक्याचे होते थोडेच. मी जरासे दरडावून बोलले तेव्हा चारदोन मुले हसत हसत पुढे आली. त्यांनी त्या मुलीच्या गळ्यात हात टाकून तिला आपल्यात ओढून घेतले. तीही आनंदाने त्यांच्यामध्ये सामील झाली. खेळ पुढे चालू राहिला.

लहानसाच प्रसंग. पण नंतर दिवसभर तो मला आठवत राहिला. इतकेच नव्हे तर त्याच्या अनुषंगाने इतरही तसे काही प्रसंग मला आठवू लागले. आमच्या ओळखीच्या एका श्रीमंत घरी गाण्याचा कार्यक्रम होता. गायिका तरुण होती. पण एव्हाना शास्त्रीय संगीतात तिने चांगलेच नाव मिळवले होते. आम्हा

मित्रमंडळींना कार्यक्रमाचे आमंत्रण आले. पण आमच्यातल्याच एका मैत्रिणीला का कोण जाणे–आमंत्रण नव्हते. आमंत्रण द्यायचे चुकून राहिले असेल किंवा दुसरे काही कारण असेल. पण आपल्याला आमंत्रण नाही म्हणून ही मैत्रीण खूप दुःखी झाली होती. तिला अपमानित झाल्यासारखे वाटले होते. त्यानंतर कितीदा तरी तिने त्या गोष्टीचा उल्लेख केला असेल. आणखी एक असलाच प्रसंग. आमच्या दोन कविमित्रांचे आपापसांत भांडण झाले. मोठ्या माणसांतल्या भांडणाला मतभेद म्हणतात. पण खरोखरी भांडणच ते. एकाने दुसऱ्यावर वर्तमानपत्रातून काही आरोप केले. दुसऱ्याने दुसऱ्या वर्तमानपत्रातून त्या आरोपांना उत्तरे दिली. खरे म्हणजे आता भांडण संपायला हवे होते–पण तसे ते संपले नाही. आरोपप्रत्यारोपानंतर दोघेही आतल्या आत धुमसत होते. पुढे त्यांतल्याच एका कवीच्या मुलाचे लग्न निघाले. त्याने या दुसऱ्या कवीला लग्नाचे आमंत्रण दिले नाही. त्यावर हा खूप चिडला. संतापला. आणि माझ्याकडे येऊन माझ्याशीच वाद घालत बसला. म्हणाला, "आमचं भांडण असेल. पण मुलाच्या लग्नाचं मला आमंत्रण का नाही? नवरानवरींना आशीर्वाद द्यायला मी का नाही जायचं? मी जेवायला थांबलो नसतो, अगदी चहासुद्धा घेतला नसता. पण त्याच्या मुलाचं शुभचिंतन करण्याची संधी त्यानं मला नाकारायला नको होती!"

असलेच आणखीही लहान मोठे प्रसंग मला आठवत राहिले. मी स्वतःशीच विचार करू लागले, हे असे वगळले जाणे, बाजूला टाकले जाणे याचे दुःख माणसाला इतके का बरे वाटावे? त्यात अपमानित झाल्याची एक जाणीव असते. अहंकार दुखावला जातो. पण केवळ तेवढेच नसावे. या दुःखाची कारणे त्याहून अधिक खोल, अधिक मूलभूत असली पाहिजेत. माणूस जन्माला येतो तेव्हा तो एकटा असतो. हळूहळू त्याला 'आपले' कळू लागते. थोडी नैसर्गिक प्रवृत्ती, थोड्या भूक, तहान, उबेच्या गरजा, थोडी मायेची अपेक्षा- या साऱ्यांतून लहान मूल भोवतालच्या परिसराशी, तिथल्या माणसांशी जवळीक जोडते. त्यातून मग आई, बाबा, आजी, ताई, भाऊ इत्यादी नाती त्याला कळू लागतात. याच रीतीने क्रमाक्रमाने पुढे घर, शेजारीपाजारी, जात, समाज, राष्ट्र यांच्याशी वेगवेगळ्या धाग्यांनी तो बांधला जातो. हे बांधले जाणे Sense of belonging- त्याला अत्यंत आवश्यक असते. फार काय, माणसाइतकेच निसर्गाशीसुद्धा त्याला नाते जोडावेसे वाटते. या साऱ्यांमध्ये आपली पाळेमुळे त्याला रुजवावीशी वाटतात. प्राण्यांबाबत असे सांगतात की ते परिसराचा रंग अंगामध्ये भिनवतात. गवतातून सरपटणारा साप हिरवा होतो. रंगीबेरंगी फुलाफुलांतून उडणारी फुलपाखरे तशाच चित्रविचित्र रंगाचे ठिपके पंखांवर धारण करतात. तराईच्या पिवळ्या सोनेरी काळसर गवतांतून फिरणाऱ्या वाघाच्या अंगावर तसेच काळे सोनेरी पट्टे

असतात. शास्त्रज्ञ सांगतात की ही सोय निसर्गानेच करून ठेवली आहे. भोवतालच्या निसर्गाशी रंगांचे साधर्म्य साधले की प्राण्यांना आपोआपच संरक्षण मिळते. शत्रूंना ते दिसत नाहीत. आणि त्यामुळेच त्यांच्या शस्त्रांना, हल्ल्याला ते बळी पडत नाहीत. ही कारणमीमांसा अर्थातच खरी आहे. तरीही मला आपले वाटते की भोवतालच्या परिसराशी असे एकरंग, एकरूप होण्यात प्राण्यांना हा sense of belonging चा आनंददेखील मिळत असावा. त्यांच्या कुठल्यातरी खोल भुकेची यामुळे तृप्ती होत असावी.

प्राण्यांचे एक वेळ असो, माणसाला मात्र आपल्या भोवतालच्या लोकांत मिसळावेसे वाटते. 'आपल्यांतलाच एक' म्हणून त्यांनी आपल्याला ओळखावे, आपला स्वीकार करावा अशी त्याला मनापासून इच्छा असते. पोषाख, खाणेपिणे इथपासून तो आपल्या नैतिक, सामाजिक, धार्मिक मतांपर्यंत, रूढ संकेतांपर्यंत, परंपरांपर्यंत आपण भोवतालच्या लोकांचे किती अनुकरण करतो हे बघण्याजोगे आहे. यांतल्या फारच थोड्या गोष्टी आपण विचारपूर्वक पत्करलेल्या असतात. इतर करतात म्हणून आपण करतो. ते सारे आपल्याला आवडत असते असेही नाही. पण तसे केले नाही तर लोक त्यांच्यात आपल्याला सामावून घेणार नाहीत, ते आपल्याला झिडकारतील याची भीती आपल्याला वाटत असते. या भीतीपोटी आपण आपल्या मतांना मुरड घालतो, नको असलेल्या कितीतरी गोष्टी स्वत:वर लादून घेतो, मनाचे उत्स्फूर्त जिवंत आविष्कार आतल्याआत दडपून टाकतो. 'अनेकांतले एक' होतो. किंबहुना त्या अनेकांतच आपल्याला आपली ओळख पटते. Identity सापडते. या Identity ला आपल्या एकूण जीवनात पराकाष्ठेचे महत्त्व असते. ती मिळाली नाही तर अगदी हरवून जायला होते.

तुमच्यामाझ्यासारख्या सामान्यांची गोष्ट सोडून द्या. पण आपल्यापेक्षा फार वरच्या पातळीवर पोचलेल्या थोरांनादेखील समाजापासूनचे हे दुरावलेपण सहन होत नाही हे पाहून फार आश्चर्य वाटते. अध्यात्माच्या मार्गावर वेगाने वाटचाल करू लागलेल्या तुकारामांसारख्या महात्म्यालाही प्रारंभीच्या काळात का होईना, 'तुका झाला सांडा । विटंबिती पोरे रांडा' अशी खंत वाटते. 'कोपला पाटील गावीचे हे लोक । आता मज भीक कोण घाली?' असे केविलवाणे उद्‌गार त्यांच्या मुखातून बाहेर पडतात. 'एकला नित्संग फाकती मारग । भितो नव्हे लाग चालावया' असे एकटेपणाचे भय ते बोलून दाखवतात. असे का बरे? भोवतालच्या लोकांपासून तुकारामांच्या मनात लौकिक अपेक्षा तर नि:संशयच काही नव्हत्या. मग ही एकलेपणाची खंत का? ही समाजाने आपल्याला स्वीकारावे अशी अपेक्षा का? या अवस्थेपासून तुकाराम खूपच पुढे गेले. आणि मग 'अवघे जन मज झाले लोकपाळ । सोयरे सकळ प्राणसखे' असा 'याचि देही याचि डोळा' त्यांना

साक्षात्कारही झाला. पण तिथेदेखील लोकांशी 'सोयरीक' साधता आली याचा उत्कट आनंद आहेच. मग अध्यात्ममार्गावरच्या या अलौकिक सिद्धपुरुषालाही लोक शेवटी जवळ हवेच असतात असे आपण समजायचे का?

आजच्या साहित्यात काही संज्ञा, काही जाणिवा वारंवार येतात. नाळ तुटणे, मुळे रुजवणे किंवा तोडणे, समाजापासून दूर जाणे, भरल्या समाजात परकेपण जाणवणे इत्यादी संकल्पना लेखकांच्या लेखनात पुनःपुन्हा डोकावतात. Misfit, Outsider या अलीकडे सतत उल्लेखल्या जाणाऱ्या जाणिवा आहेत. Sense of belonging, roots तयार करणे. Alienation हे शब्दप्रयोग पाश्चात्त्य साहित्यात अनेकदा येतात आणि आता आपल्या साहित्यातही ते येऊ लागले आहेत. अर्थात वाक्यप्रयोग किंवा संज्ञा नव्याने आल्या तरी त्या जाणिवा मात्र सनातन आहेत. कारण संवेदनाक्षम माणसाला आपले एकाकीपण जाणवत असते. म्हणजे बालपणी आपण एकटे असणे, त्या एकटेपणातून मुक्त होण्यासाठी भोवतालचा समाज, माणसे, निसर्ग यांच्याशी नाती जोडत जाणे आणि ही नाती जोडल्यानंतर देखील पुन्हा एकदा तसे आपण खरोखर एकटेच असतो, एकटेच राहतो याचा साक्षात्कार होणे हे एक अटळ चक्र आहे. आपण कुणीच त्यातून सुटत नाही. फक्त कवी, कलावंत हे आपल्यापेक्षा कितीतरी पटीने अधिक उत्कट, अधिक संवेदनाशील असल्यामुळे त्यांना हे एकाकीपण फार चटकन उमगते आणि फार तीव्रतेने ते त्यांना सलत राहते. काम्यूची Outsider ही कादंबरी अलीकडच्या काळात लिहिली गेली असली तरी अनेकांना, अनेकदा, अनेक तऱ्हांनी भोवतालच्या जगात आपण Outsider आहोत हे जाणवलेले आहे आणि त्यांनी ते व्यक्तही केलेले आहे, केशवसुतांची एक फारशी न गाजलेली कविता आहे. त्यात पुढील ओळी आल्या आहेत—

> पाशांविण या कोठे काही नाही
> पाशांस्तव या चाले सारे काही
> पाशांतुन या सुटता सुंदर तारे
> तेज तयांचे विझून जाई सारे ।

इथे केशवसुत ज्या 'पाशां'चे महत्त्व वर्णन करीत आहेत ते पाश हेच, आपल्याला भोवतालाशी बांधून टाकणारे. या पाशांसाठी आपण सर्वजण धडपडत असतो. आणि त्या पाशांतून सुटका झाली तर सुंदर तारेही एका क्षणात तेजोहीन होतात. केशवसुतांना हे तुटलेपण माणसांपासूनच नव्हे तर निसर्गापासूनही अनुभवाला येत आहे असे जाणवत होते, आणि त्याचे त्यांना दुःखही अतोनात होत होते. बाळपणी ज्या निसर्गाशी, फुलांशी, फुलपाखरांशी आपण समरस होऊन आनंदाने खेळत होतो त्यांच्याशी आता मात्र आपण एकरूप होऊ शकत नाही, त्या

निर्भर, निरागस आनंदाला आपण कायमचे मुकलो ही खंत, त्यातून आलेली एकाकीपणाची भावना केशवसुतांच्या अनेक कवितांतून उत्कटतेने व्यक्त झाली आहे. एका कवितेत फुलाला उद्देशून ते म्हणतात —

चिरतरुणा रे चिररुचिरा रे
तुजसांगाती स्नेह बरा रे
तुजमजमध्ये परी केवढी
आहे रुंद दरा रे!

याच एकाकीपणाच्या जाणिवेने मर्ढेकरांसारख्या थोर प्रतिभावंतालाही पछाडलेले दिसून येईल. माणूस, निसर्ग, परमेश्वर यापैकी कुणाशीच आपण जवळीक साधू शकत नाही, त्यांच्याशी नाते जोडू शकत नाही ही मनोवेदना मर्ढेकरांच्याही अनेक कवितांतून व्यक्त झाली आहे, एका कवितेत मर्ढेकर म्हणतात :

जेथे जातो तेथे । मी माझा सांगाती
झाल्या ऐशा भिंती । डोळ्यांच्याच

तर आणखी एका कवितेत परमेश्वराची 'दगडी भुवई' जराशी जशी लवेल तर आपल्याला फार समाधान वाटेल असेही ते म्हणतात. पण ती दगडी भुवई लवत नाही. ईश्वर दूर राहतो. माणसे दुरावलेली असतात. निसर्ग उदासीन असतो. आणि या साऱ्यांमध्ये माणूस एकटाच असतो. हे एकटेपण जन्मापासून त्याला जडलेले असते. ज्या नाळेने बालक आईशी जोडलेले असते ती नाळही तुटते–तोडावीच लागते. आणि त्या क्षणापासून माणसाचा जो एकाकी प्रवास सुरू होतो तो त्याने अखेरचा श्वास सोडीपर्यंत चालूच राहतो. 'मग अर्थ काय बेंबीचा विश्वचक्री?' हा अर्थ खरोखरीच काही नसतो. हे सारे केविलवाणे आहे. मन उदास करणारे आहे. पण ते आहे एवढे मात्र खरे. आणि जे आहेच ते कसे टळणार? टाळता तरी कसे येणार?

तर मग माणसाने काय करायचे? आपले एकटेपण उराशी कवटाळून जगत राहायचे की काय? पण तसे तर तो करीत नाही. त्याला ते करता येणेही शक्य नाही. माधव जूलियनांनी एका कवितेत म्हटले आहे–

आलो मी एकला । जाणार एकला
एकान्त येथला । का न साहे?

प्रश्न खरा आहे. पण तो एकान्त आपल्याला सहन होत नाही हेही तितकेच प्रश्न खरे आहे, म्हणून तर आपण जन्मभर भोवतालच्या जगाशी संबंध जुळवत राहातो. खरे, खोटे, काल्पनिक, मानीव–पण हे संबंध आपणाला हवे असतात. प्रेम करायलाच नव्हे तर भांडायलासुद्धा आपल्याला माणसे हवीत. निर्वात पोकळीत आपण जगू शकत नाही तसे निष्प्रेम, मनुष्यहीन पोकळीतही आपण

जगणार नाही. बाळपणी मातेच्या कुशीतून जगात पाऊल टाकले की नाळ तोडून एकटे व्हायचे, पुढे जन्मभर इथेतिथे नाळ जोडीत, मुळे रुजवीत राहायचे आणि सरतेशेवटी पुन्हा जगात आपण एकटेच आहोत हे सत्य स्वत: जाणून घेत, स्वत:ला ते पटवून देत ते एकाकीपण पत्करायचे हा माणसाच्या जीविताचा क्रम आहे. हा प्रवास अटळ आहे. हे मुक्काम आणि हे वेळोवेळी निरोप घेत जाणेही अटळ आहे. आपल्यापैकी कुणालाच ते चुकलेले नाही. आणि कधी चुकणारही नाही.

■

लालशेंदरी रंगाचा कल्लोळ

माझी एक चित्रकार मैत्रीण आहे. तिने आपले एक चित्र मला दिले आहे. गेली अनेक वर्षे ते चित्र माझ्याकडे आहे. चित्र तैलरंगात काढलेले आहे. त्यात एक निसर्गदृश्य रंगवलेले आहे. डावीकडे एका उंच डोंगराची कड. उजवीकडे तशीच एक कड. दोहोंमधून एक पायवाट वळत आली आहे. दोन्ही डोंगरांच्या फटीतून मागचे आभाळ दिसत आहे. आणि त्या आभाळात लालशेंदरी रंगाचा कल्लोळ उसळलेला आहे. चित्रात रंगवलेले दृश्य इतकेच आहे. बाकी त्यामध्ये काहीही नाही. एखादे लहानसे झाडझुडूप नाही, गवती फूल सुद्धा नाही. मग माणूस कुठून असणार? या चित्रात सारे वैशिष्ट्य आहे ते रंगांचे. डोंगराच्या दोन्ही उतरणीचा गडद तांबूस तपकिरी काळसर रंग. त्याहून किंचित फिकट पण तरीही काळसरच असा पायवाटेचा रंग. मागचे आभाळदेखील कडेकडेने काळवंडत गेलेले. आणि या साऱ्या गडद तपकिरी काळसर पार्श्वभूमीवर अचानक उसळलेला, अनपेक्षितपणे नजर वेधून घेणारा, विरोधाने अधिकच उत्कटपणे मनावर ठसणारा तो लालशेंदरी रंगाचा कल्लोळ.

तसे मला चित्रकलेतले, पेंटिंगमधले फारसे काही कळत नाही. पण हे चित्र मात्र मला फार आवडते. खरे म्हणजे 'आवडते' असे म्हणणेही तितकेसे बरोबर नाही. हे चित्र मला अस्वस्थ करते. अगदी प्रथम हे चित्र मी जेव्हा पाहिले तेव्हा मला आठवल्या कॉलेजमधून आम्ही काढलेल्या विद्यार्थ्यांच्या सहली. बहुधा दरवर्षी आम्ही अशी एखादीतरी सहल काढीत असू. सहलीवरून परत निघताना खूप उशीर झालेला असायचा. दिवस मावळून गेलेला असायचा. आणि अशाच एखाद्या पायवाटेने थकलेली पावले कशीबशी ओढत आम्ही परतत असायचे. आम्हा शिक्षकांच्या मानाने विद्यार्थ्यांचा उत्साह अधिक. त्यांच्या

अंगामध्ये रगही जास्त. पण दिवसभराच्या हसण्याखिदळण्याने, हुंदडण्याने, आरडाओरड्याने विद्यार्थीही जरा मलूल झालेले असायचे, साऱ्यांचे बोलणेही बंद पडलेले असायचे. पिकनिक संपल्याच्या जाणिवेचे एक उदास सावट साऱ्यांच्याच मनांना व्यापून राहिलेले असायचे. आणि या उदासपणाला भोवतालच्या क्षणोक्षणी काळवंडत चाललेल्या निसर्गाची साथ मिळायची. सूर्य क्षितिजामागे बुडालेला असायचा. वस्तुजातावर मावळल्या दिवसाची एक उदास, गंभीर, काहीशी उग्र आणि भीतिदायक छाया पसरलेली असायची. फक्त पश्चिमेकडे आभाळ लालभडक झालेले आणि क्षितिजावर गडद लालशेंदरी रंगाचा कल्लोळ पसरलेला.

चित्र मी प्रथम पाहिले तेव्हा कॉलेजविद्यार्थ्यांची सहल, तिथून परतताना झालेली संध्याकाळ आणि त्यावेळचे निसर्गाचे काळवंडत जाणारे रूप हे सारे माझ्या मनात जागे झाले आणि तेव्हापासून त्या दोहोंची घट्ट सांगड कुठेतरी बसून गेली. निदान माझ्यापुरते तरी ते चित्र म्हणजे मावळत्या दिवसाचे आणि त्यावेळी मनातून दाटून येणाऱ्या खेदकारक विचारांचे प्रतीक बनले.

हे चित्र मी आमच्या बाहेरच्या खोलीत एका कपाटावर ठेवले आहे. खोलीत कुठेही बसले तरी ते चित्र प्रथम नजर वेधून घेते. अर्थात असे मला निवांतपणे जरा बसायला मिळते ते बहुधा संध्याकाळच्या वेळीच. मुंबईमध्ये सकाळची वेळ म्हणजे कमालीच्या घाईगर्दीची. माझीच नव्हे, साऱ्यांचीच. घड्याळाकडे नजर ठेवून एकेक मिनिटाचा हिशेब पटवत वेळेवर वाहन गाठायचे आणि कामाला जायचे. अशा धावपळीत आरशात स्वत:च्या चेहऱ्याकडेदेखील बघायला सवड होत नाही तिथे चित्राकडे कोण बघणार? त्यामुळे इतक्या वर्षांत सकाळच्या वेळी हे चित्र मी कधी बघितलेच नाही. कधी तशी सवड मिळाली नाही किंवा तितकी संवेदनाही तल्लख राहिली नाही.

कामावरून मी येते ती संध्याकाळी. कधी तीन चार वाजता दुपारी पण बऱ्याचदा अगदी दिवस मावळताना संध्याकाळीच. यावेळी शरीर शिणलेले असते. आणि मन मरगळलेले. दिवसभराची आपली आणि इतरांची झालेली बोलणी आता टेपवर ऐकावीत तशी कानांमध्ये सारखी घणघणत असतात. दिवसभर भेटलेली माणसे, पाहिलेली दृश्ये, अनुभवलेले अनेक बरेवाईट प्रसंग यांचा चित्रपट मनाच्या डोळ्यांसमोर सारखा उलगडत राहतो. 'टेप' बंद करता येत नाही. चित्रपट इच्छेविरुद्ध डोळ्यांपुढे सारखा चालूच राहतो. त्यामुळे घरी आल्यानंतरदेखील मिळावा तसा निवांतपणा मिळत नाही. शरीर विसावल्यासारखे दिसत असले तरी त्यालाही खरा विसावा लाभलेला नसतो. कारण दिवसभर झालेल्या शिणाकडे त्या त्या वेळी पुरेसे लक्ष न दिल्यामुळे आता जणू तो चिडून, चवताळून अंगावर येतो. अंग ठसठसत असते. डोळे दुखत असतात. काही करू नये, कुणाशी बोलू नये, नुसते निवांत बसून किंवा पडून राहावे असे वाटत असते.

आणि अशा वेळी नेमके ते चित्र डोळ्यांसमोर येते. अभावितपणे नजर त्यावर खिळून राहते. माझ्या उदास मनोवृत्तींचा त्या चित्रातल्या काळपट करड्या काळवंडत चाललेल्या वातावरणाशी कुठेतरी संवाद जुळतो. बाहेर दाटत चाललेली सायंकाळ, कोनाकोपऱ्यांतून पुढे येणाऱ्या सावल्या, काळवंडून आलेले आभाळ हे सारे त्या चित्रात सामावून बसते. इतकेच नाही तर माझ्याही मनात दाटत आलेला शीण, थकवा, मरगळ त्या चित्रातून प्रकट होत आहे असे मला वाटते. जणू आपलेच मन आपल्या देहातून बाहेर पडले आहे आणि त्या चित्रातून ते माझ्याकडे बघत आहे. ती जाणीव मला कुठेतरी खिन्नपणे दिलासा देते. आपल्या थकलेल्या, शिणलेल्या वृत्तींत ते चित्र मूकपणे सहभागी होत आहे, एखाद्या जवळच्या माणसाने हातात हात धरून आश्वासन द्यावे तसे मला आश्वासन देत आहे असे वाटत राहते.

एखाद्या पुस्तकाशी, एखाद्या आवडत्या कवितेशी आपल्या मनाची अशी तार जुळते. सूर तर त्याहूनही उत्कटतेने मनाशी संवाद साधतात. विशिष्ट भाववृत्ती जाग्या करतात. उत्तेजित करतात. हळुवारपणे कधी सुखावतात तर कधी हवेहवेसे दुखावतात देखील. पण एखादे कलापूर्ण चित्र तीच किमया करू शकते, आपल्या मनोवृत्तींना सहानुकंप देते हा अनुभव मला प्रथमच येत होता. इतकेच नव्हे तर त्या चित्रातून रंगरेषांबरोबर जणू सूरही उमटत होते. शब्दही प्रकट होत होते. असे वर्षानुवर्षे त्या चित्राशी नाते जुळले होते. बाहेरची उदास संध्याकाळ, माझा दिवसभराचा शीण आणि त्या चित्रातले काळे करडे तपकिरी रंग, त्यातून अनपेक्षितपणे उसळलेला लालशेंदरी कल्लोळ या साऱ्यांची मिळूनच एक कलाकृती बनली होती. माझ्यासाठी, माझ्यापुरता, माझ्याएवढा, त्या चित्राचा अर्थ मला लागला होता. आतून खोलवर जाणवला होता. तो अर्थ मला दिलासा देत होता. मूकपणे माझे सांत्वन करत होता.

आणि मग अकस्मात काही वेगळे घडले. रविवारची एक सकाळ होती. खरे तर मुंबईत रविवारदेखील आपला नसतो. राहिलेली अनेक कामे त्या दिवशी निकड लावतात. घर आवरायचे असते. कपडे धुवायचे असतात. रद्दी विकायची असते. पत्रे लिहायची असतात. त्यातच भेटायला येणाऱ्या माणसांची रीघ लागते. या साऱ्या गडबडीत अन् धावपळीत आठ दिवसांनंतर हाती लागलेला रविवार उघड्यावर पडलेल्या कापराच्या वडीसारखा केव्हा उडून जातो याचा पत्ताही लागत नाही. पण त्या रविवारी मला अचानक सवड मिळाली होती. योगायोगाने घरात मी एकटी, अगदी एकटी होते. सारे कसे हवेहवेसे, शांत, निवांत होते. फोन नादुरुस्त होता. त्यामुळे त्याचा उपद्रव नव्हता. रविवारी भेटायला येणारी माणसे आज कुठेशी एकदम अदृश्य झाली होती. घरात कुणीच

नव्हते त्यामुळे आजूबाजूला सारखे उमटत राहणारे घरगुती आवाजही कानी पडत नव्हते. किती दिवसांनी, नव्हे किती महिन्यांनी मला इतकी संपूर्ण, हलकी अदूषित, इतकी अविकृत शांतता मिळाली होती आणि मनोमन त्या शांततेचा आस्वाद घेत मी एकटीच बाहेरच्या खोलीत बसले होते. रविवारच्या वर्तमानपत्रांचा ढीगदेखील मी बाजूला सारला होता. त्या बटबटीत मथळ्यांनी डोळ्यांतून मनात घुसावे, तिथला तळ ढवळून काढावा हे मला नको होते. आज माझी मी. माझ्यापुरती मी एकटी होते.

आणि अकस्मात माझी नजर समोरच्या चित्राकडे गेली. सकाळच्या प्रसन्न उजेडाचा झोत चित्रावर पडला होता. त्या उजेडात चित्र उजळून निघाले होते. चित्रामधल्या काळपट करड्या तांबूस रंगावर सकाळच्या लख्ख प्रकाशाने एक वेगळा तजेला, एक निराळीच झळाळी आली होती. जणू चित्रात इतके दिवस लपून राहिलेले रंग आज सजीव होऊन बाहेर उमटत होते. डोंगराच्या कडा उजळल्या होत्या. त्यांच्यामधून आलेली वाट उजळली होती. आणि तो लाल शेंदरी रंगाचा कल्लोळ देखील अगदी आश्चर्यकारक रीतीने उजळून निघाला होता. सारे चित्रच एकदम वेगळे दिसत होते.

मी चकित झाले. पुन्हा पुन्हा ते चित्र न्याहाळून बघत राहिले. चित्र बघता बघता एक विलक्षण विचार माझ्या मनात आला. हे चित्र संध्याकाळचे दृश्य दाखवीत आहे असे इतके दिवस आपण का बरे समजत आलो? केवळ संध्याकाळीच हे चित्र आपण बघत होतो म्हणून की काय? मी माझे औदासीन्य, माझा थकवा, माझी मरगळ या चित्रावर लादत होते असे तर नसेल? मी मलाच या चित्रात बघत होते असे तर नसेल? आता सकाळच्या लख्ख उजेडात हे चित्र किती प्रसन्न, टवटवीत दिसत आहे? मग हे सूर्यास्ताचे चित्र का मानायचे? कदाचित हे सूर्योदयाचेही चित्र असू शकेल. यातल्या दिशा मावळत नसतील, उजळत असतील. हा लालशेंदरी रंग सूर्य मावळल्यानंतरचा नसेल. हा सूर्योदयापूर्वीचा असेल. एकूण या चित्राचा 'मूड' उदास, खिन्न नसेल. तो प्रसन्न, उत्फुल्ल असाच असेल. शेवटी हे चित्र मी कधी नीट बघितलेच नव्हते की काय? आणि त्यामुळे या सुंदर चित्रावर मी अन्याय करत होते की काय?

मी टक लावून चित्राकडे बघत राहिले. त्याच्याशी जुळलेले माझे जुने भावबंध तुटून गेले होते. पण त्यांच्या जागी नवे भावबंध जडत होते. तेही तितकेच हृद्य, तितकेच विलोभनीय होते. मी चित्राकडे बघत होते तसे चित्रही माझ्याकडे बघत होते आणि आम्ही उभयता एकमेकांची नवी ओळख करून घेत होतो.

■

प्रसन्न शैलीतील सुंदर ललितलेख

सांगावेसे वाटले, म्हणून

- शान्ता ज. शेळके

कविता आणि गीते यांच्याइतकाच ललितलेखन हाही शान्ताबाईंच्या आवडीचा साहित्यप्रकार आहे. आतापर्यंत वेगवेगळ्या नियतकालिकांतून त्यांनी सदर लेखनाच्या निमित्ताने ललितलेख लिहिले आहेत, त्याप्रमाणे स्वतंत्रपणेही असे लेखन त्यांनी विपुल केले आहे.

भोवतालच्या जगाविषयीचे अपार कुतूहल, मनुष्यस्वभावाचे कंगोरे न्याहाळण्याची आवड आणि स्वत:ला आलेले सूक्ष्मातिसूक्ष्म अनुभवही इतरांपर्यंत पोहोचवण्याची उत्सुकता या शान्ताबाईंच्या ललितलेखनामागील प्रमुख प्रेरणा आहेत.

भरपूर वाचनामुळे येणारी संदर्भसंपन्नता, काव्यात्म वृत्तीतून निर्माण होणारी शैलीची रसवत्ता आणि उत्कट जीवनप्रेम यांमुळे त्यांचे ललितलेख अत्यंत वाचनीय आले आहेत.

'आनंदाचे झाड', 'पावसाआधीचा पाऊस', 'संस्मरणे', 'मदरंगी', 'एकपानी' या त्यांच्या ललितलेख-संग्रहांच्या परंपरेतलाच **'सांगावेसे वाटले, म्हणून'** हा आणखी एक वैशिष्ट्यपूर्ण संग्रह.

'हेमाला मुलगी झाली', 'ययातीचा वारसा', 'फसवी दारे', 'संतुष्ट', 'मॅडम', 'पुन्हा पुन्हा ज्यून इलाइझ' या आणि यांसारख्याच इतर अनेक सुरेख लेखांनी वाचकांना तो जितका रंजक, तितकाच उद्बबोधक वाटेल, यात शंका नाही...